# நளாயினி



கலைஞர் மு. கருணாநிதி

*Title: Nalayini*

*Author: M. Karunanidhi*

*Language: Tamil*

*First Published on: 1956*

*Year of Publication: 2024*

*Book Format: Paperback*

*Page Size: 6inch * 9inch*

*Category: Fiction*

*Subject: Short Stories*

*No. of pages: 74*

*ISBN: 978-81-988375-2-3*

*Published by: Nilan Publishers, Madurai, Tamilnadu, India*

# பொருளடக்கம்

நளாயினி..........4

காதல் கடிதம்..........13

புரட்சிப் படம்..........19

நாட்டிய கலாராணி..........24

விஷம் இனிது..........44

பாலைவன ரோஜா..........53

அய்யோ ராஜா!..........59

மானம்..........69

குறிப்புகளுக்காக

## நளாயினி

அழகான பெண், ஒளிமுகம் படைத்த உருக்குலையா மங்கை. வெள்ளை உடையால் அவள் அன்ன நடைக்கு அழகு சேர்க்கிறாள். சிவந்த கழுத்திலே ஒரு கறுப்பு மணி மாலை. அந்தக் கோதி முடித்த கூந்தலையுடைய கோதை – தலையிலே ஒரு கூடையுடன் தெருவிலே போகிறாள். அப்பழுக்கற்ற யௌவனத்தின் தனித்தன்மை வாய்ந்த அழகு ஊர்வலம்! இருள் படிந்த தெருவிலே அவள் நடந்து செல்வது – வையத்து மண்ணுக்கு வர விழைந்த வானத்துத் தாரகைதான் வந்துற்றதோ என எண்ணத் தோன்றியது!

அந்த ஜோதி மழை பொழியும் சொர்ணச்சிலையின் தலையிலே கூடை; கூடையிலோ துர்வாடை! ஆமாம் அழகியின் தலையில் ஓர் அழுகிய உருவம். கூடையின் அடிப்புறத்தைத் தாங்கியிருக்கும் அவள் இளங்கரங்கள் சுமை தாங்காமல் நடுங்கிக் கொண்டிருக்கின்றன. ஆனாலும் அந்த சுந்தரவல்லி போய்க் கொண்டுதானிருக்கிறாள். சோகத்திலும் ஒரு சோபிதம் இருக்கிறது என்பதை அவளது எழில் வதனம் கவிஞர்கட்குக் காட்சியாக்கிக் கொண்டிருக்கிறது. கூடையிலே அமர்ந்துள்ள அழுகிய உருவமோ புன்னகை புரிந்தவண்ணமிருக்கிறது.

அந்தப் புன்னகை எதையோ ஓர் இன்பத்தை எதிர்பார்த்து மலரும் புன்னகை. புன்னகையில் விசாரத்தைக் காணவேண்டுமா? ஆசைப்படுவோர் அந்த உருவத்தின் இனிப்பைப் பார்த்துக்கொள்ளலாம். கூடையிலே இருந்த அந்த உருவம் ஆண், தனக்கென உரிய உடலில் கால் பாகத்துக்கு மேல் இழந்து விட்ட மனிதன்; மகரிஷி! மௌத்கல்யர் என்னும் பெயருடைய மகான்.

‘பெரிய’ மனுஷன், ‘பெரிய’ ஆள், ‘பெரிய’ செல்வந்தன், ‘பெரிய’ பண்ணையார் என்பது போலப் ‘பெரிய’ வியாதி என்று ஒன்று உண்டே! அந்தப் பெருவியாதியால் பீடிக்கப்பட்டவர் அந்தப் பெரிய மகான். அவர்தான் தன்னுடைய அழகான மனைவியின் தலையில் ஏறிக்கொண்டு தெருவில் போகிறார்.

“போடி, வேகமாக!”

“போய்க்கொண்டுதானேயிருக்கிறேன், பிராணபதி!”

“நளாயினி நட வேகமாக! அதற்காக என்னைக் கீழே போட்டுவிடாதே! நீ விழுந்தாலும் பரவாயில்லை!”

“என் தெய்வமே! என்னை ஏன் இப்படிச் சோதிக்கிறீர்கள் ? என் கூடுவிட்டு ஆவி போனாலும் கூடையைக் கீழே போடமாட்டேன். கூடையிலென்ன வியாபாரப் பொருளா இருக்கிறது ? வீட்டுச் சாமானா தூக்கிச் செல்கிறேன் ? விலைமதிக்கவொண்ணா என் ரத்தினமல்லவா தாங்கள்! தங்களையா கீழே போட்டு விடுவேன்? அபச்சாரம்! அபச்சாரம்!”

குஷ்டரோகக் கணவனைக் கூடையிலே சுமந்து கோமளத் தாமரையெனும் முகத்திலே சோகத்தைச் சுமந்து – அந்த நடக்கும் பொன்வண்டு நளாயினி போய்க் கொண்டிருக்கிறாள். எங்கே போகிறாள்?. தீர்த்தமாடவும், க்ஷேத்ராடனம் செய்யவும் கணவன் விரும்புகிறான்; அந்தப் பக்திப் பசியைத் தீர்த்து வைக்க வேண்டும் என்பதற்காகவா அந்த ஏந்திழையாள் இந்த வேலையை மேற்கொண்டிருக்கிறாள் ? இல்லை! இல்லை! பின் என்ன? பர்ணசாலையை விட்டுப் பர்ணசாலைக்கு மாறுவதற்காகவா அந்தப் பயணம் நடைபெறுகிறது – பாவையை வாகனமாகக் கொண்டு ? அதுவும் இல்லை! பின் எங்கேதான் போகிறார்கள்? தவம் புரியவுமல்ல! தலம் காணவுமல்ல! பிறகு எங்கே போகிறார் தபோதனர் ? தாசி வீட்டுக்குப் போகிறார்! ஏன்? ‘வேசித் தொழில் கூடாது! காசிநாதனைத்

தொழு!'' என்று போதனை புரிவதற்காகவா? அதற்காகவும் செல்லவில்லை, அந்தக் குஷ்டரோகி. பரத்தையின் வீட்டை பக்திக் கூடமாக்க அல்ல! பகவான் பற்றிய விளக்கமுரைக்க அல்ல! கமண்டலமேந்தியார் செல்வது கணிகையின் கட்டிலறைக்கு! முனிவரின் மோகம முக்கண்ணனைக் காண அல்ல! நான்கு கண்களும் சந்திக்க – அந்த நயன லளிதத்தை வந்திக்க!

பொருளுக்குச் சுகம் வழங்குவாளின் அகம் நாடிப் புருஷனைக் கொண்டு செல்லும் நளாயினி – பூத்திருக்கும் ரோஜா! அந்த ரோஜா, அழுகிப்போன வண்டை கருகிப் போன ஒரு மலரிடம் எடுத்துச் செல்கிறது! அதோ கணிகையர் தெருவும் வந்துவிட்டது! நளாயினியின் உடல் வலியும் தீர்ந்தது. அவள் கணவனின் உள்ள வெறியும் கொஞ்சம் அடங்கியது. தேடிய இடத்துக்கு வந்து விட்டனர். கூடையை இறக்கி வைத்தாள். வலிமிகுந்த உடம்பை ஒரு முறை நெளித்து வளைத்துக் கொண்டாள்.

"வான்வில்லோ!'' என்பர் வர்ணனையாளர் அருகே இருந்தால்! "மான் துள்ளுமா இப்படி!'' என்பவர் ஏடெழுதுவோர்!

"ஒரு விநாடி அப்படியே வளைந்து நில்போதும். உலகை விலையாகக் கேட்கும் ஓவியம் தீட்டுகிறேன்'' என்பான் சித்திரக்காரன் அருகே நின்றால்! அத்தகைய தோகை மயிலாள், தன் துணைவனுக்கு இரவுத் துணை தேடி வந்து எழுந்துவிட்டாள் இழிமகளின் இல்லத்துக்கு.

அலங்காரக் கரங்களால் அந்த வீட்டின் கதவைத் தட்டினாள். தட்டுவதற்கு முன் திறக்கப்பட்டது. வீடு திறப்பதற்கு முன் எட்டிப்பார்த்தது ஒரு முகம். அந்த முகம் கண்டார், மௌத்கல்யர், "சுகம் கண்டேன்! சுகம் கண்டேன்?!'' என்று சுருதிவிட்ட வித்வான் போல் கூவினார். சுருக்கம் விழுந்த முகத்திலே பயங்கரமான ஒளி! ரத்தங் கசியும் கன்னங்களிலே புன்னகை உண்டாக்கிய ஆழமான பள்ளம்! கீறிக் கிடக்கும்

உதடுகளிலேயே காமக்கிறுக்கு வெளிப்பட்டது. விரலற்ற கரம் நீட்டி அந்த வேசிப் பெண்ணை ஆசையுடன் வாழ்த்தினார். குஷ்டரோகியின் கும்மாளங்கண்ட இல்லத்துக்காரி “விஷயம் என்ன?” என்றாள். “எல்லாம் நம் சொந்த விஷயமே!” என்றார் ரிஷீஸ்வரர்.

நளாயினி பேச ஆரம்பித்தாள்.

“பெண் பாவாய்! இவர் என் கணவர். நான் பதி சொல் தவறாத பாவை. உன்னகம் நாடி வரவேண்டுமென்றார். அவர் மனங் கோணாமல் நடந்து கொள்ளடி மாதரசி!”

தாசிப்பெண், நளாயினியின் வார்த்தை கேட்டுத் திடுக்கிட்டாள். ‘கணவனைத் தாசி வீட்டுக்கு அழைத்து வரும் மனைவியை இன்றுதான் முதல் முதலாகப் பார்க்கிறேன்!” என்று தனக்குத்தானே ஆச்சரியப்பட்டுக் கொண்டாள்.அந்த அதிசயத்துடனே அந்தக் குஷ்டரோகியின் அவலட்சணமான மூகத்தை வெறுப்புடன் ஏறிட்டுப் பார்த்தாள். அவள் ஒரு முடிவுக்கு வருவதற்கு முன்பாகவே, நளாயினி ஒரு பொன் முடிப்பை அவள் முன்னே நீட்டினாள். “சம்மதம்” என்று தாசி மகளும் கண்ஜாடை காட்டினாள். கூடையிலிருந்த குஷ்டரோக மகானைத் தாசிப்பெண் அன்போடு அணைத்தெடுத்து அம்சதூளிகா மஞ்சத்துக்குப் போய்விட்டாள்.

பெருமூச்சுடன் அந்த வீட்டைவிட்டுக் கிளம்பினாள் நளாயினி. கையிலேயிருந்த கூடையை வாசலிலே வைத்து விட்டுக் “காலையிலே வருகிறேன்” என்று காவலாளியிடம் கூறிவிட்டுப் போய்விட்டாள்.

புழுதி படிந்த பூச்செண்டு போல் போகும் நளாயினியை ஒரு குரல் தடுத்து நிறுத்துகிறது. “நளாயினி! அன்புள்ள தோழி! கொஞ்சம் நில்லேன்!” என்று கூறியபடி ஒரு பெண்மணி ஒடி வருகிறாள். பக்கத்து ஆசிரமத்தில் உள்ளவள் அந்த அழகி. “உலகா! நீயா ? இந்நேரத்தில் எங்கேயடி வந்தாய் ?” என்று வழியும் கண்ணீரைத் துடைத்தபடி கேட்கிறாள் நளாயினி.

"சோலைப்பக்கம் போனேன் – நீ வருவதைப் பார்த்ததும் வந்தேன், ஆமாம், நளாயினி! உன்னை ஒன்று கேட்கிறேன். கோபித்துக் கொள்ள மாட்டாயே!" பீடிகையுடன் ஆரம்பிக்கிறாள் உலகா. "என்னடி உலகா! தாராளமாகக் கேள்" என்று சிரிப்பை வரவழைக்க முயல்கிறாள் நளாயினி.

"எவ்வளவுதான் புருஷனிடத்தில் அன்பும் பக்தியும் இருந்தாலும், அவனைத் தாசி வீட்டுக்குக் கொண்டுபோய் நீயே விட்டுவருவது என்பது . . . எனக்கு அவ்வளவாக ...

"உலகா! போதும் நிறுத்து – பெண்களுக்குக் கணவனே தெய்வம். கணவரின் ஆசைகளை நிறைவேற்றுவதே கற்புக்கரசியின் லட்சணம். என் கண்ணாளர் பிணி கொண்டவராயிருக்கலாம். ஆனால் அவர் எனக்குத் தேன்கனி, தெரியுமா உனக்கு! புருஷனிடம் எப்படி நடக்கவேண்டும் என்று நீ எனக்குப் புத்தி சொல்லாதே; என்னைப் பார்த்து நீயும் திருந்திக்கொள்."

"நளாயினி! என்னை மன்னித்துவிடு! உன்னுடைய அன்பையும் – பதி பக்தியையும் தவறாக நினைத்து விட்டேன். க்ஷமித்துவிடு நளாயினி! உன்போன்ற வைராக்யமுள்ள புண்யவதியையும் – பத்தினியையும் ஈரேழு பதினாலு உலகிலும் காண முடியாது. நீ பத்தினி – நீ பத்தினி!"

"உலகா, நீ என்னை உணர்ந்து கொண்டால் போதும். நான் உன்னை மன்னிக்க வேண்டாம். நீ என்போல் கற்புக்கரசியாக இரு! என் போன்ற பத்தினிகளைப் பின்பற்று! நான் வருகிறேன்".

இதைச் சொல்லிவிட்டு நளாயினி தன் ஆசிரமம் நோக்கிப் போனாள். உலகாவும் தன் தவற்றை உணர்ந்து "நளாயினி பத்தினி" என்று தோத்திரம் செய்தவாறு அதை விட்டு நகருகிறாள். அப்போது ஒரு வாலிபன் ஓடி வந்து உலகாவின் கண்களைப் பொத்துகிறான். இருவரும் அங்குள்ள சோலைப்பக்கம் போய்விடுகிறார்கள், சிரிப்பைக் கொட்டியபடியே!

விம்மி விம்மி அழுதபடியே ஆசிரமத்துக்குள்ளே நுழைந்து தரையில் குப்புற விழுகிறாள் நளாயினி. அவளது நீலத் திருவிழிகளிலேயிருந்து நீர்வீழ்ச்சிகள் புறப்படுகின்றன. முழு நிலவை மறைக்கும் முகிலென அவள் முகத்தை மறைக்கிறது விரிந்து கிடக்கும் கருங்கூந்தல்.

சோலையின் பக்கமிருந்து ஒரு கீதம் ஆசிரமத்துக்குள்ளே கேட்கிறது. அழுது கொண்டேயிருக்கும் நளாயினி அந்தக் கீதத்தைக் கவனிக்கிறாள். ஆம் – உலகாவின் குரல் அது! அதோடு இன்னொரு ஆண்குரலும் கீதமிசைக்கிறது! 'என்னைப் பத்தினியென ஒத்துக்கொண்டு என் கரங்களைக் கண்ணிலே ஒத்திக்கொண்ட உலகா தன் காதலனுடன் கள்ளக் காதலுடன் கனி மரச் சோலையில் இன்ப கீதம் பாடுகிறாள். என் வயதுதான் அவளுக்கும்; அவளைவிட அழகி நான். நானோ இங்கே நாதியற்றுக் கிடக்கிறேன். "தேனே! மானே!" என்று அவளை வர்ணித்துக் கொண்டிருப்பான் அவள் காதலன்.

இப்படி எண்ணாததெல்லாம் எண்ணுகிறாள் நளாயினி. மீண்டும் அழுகிறாள். ஆசிரமத்துக் கதவு திறக்கப்படுகிறது. அழுகையை நிறுத்தினாள். ஆனால் கண்களைத் துடைக்கவில்லை; கதவைத் திறந்து கொண்டு ஒரு பெண் உள்ளே வருகிறாள். ஏறத்தாழ நளாயினியும் அவளும் ஒரே மாதிரி காணப்படுகிறார்கள். இருவரும் சேர்ந்து நின்றால், "யார் நளாயினி ?" என்று கண்டுபிடிப்பதே கஷ்டமாகிவிடும். வந்த பெண், நளாயினி அருகில் உட்காருகிறாள். நளாயினியும் எழுந்து உட்காருகிறாள். "வா இதயா வா!" என்று தேம்பியபடி வரவேற்கிறாள் நளாயினி.

"நளா! ஏனம்மா இப்படி எப்போதும் அழுது கொண்டேயிருக்கிறாய் ?"

"காரணமா கேட்கிறாய்; இதயா! தணலிற் புழுவாய்த் தவிக்கிறேன் நான் என்பதை நீ அறிய மாட்டாயா ? அதோ ஜோடியாகக் கூவும் பறவைகளின் சங்கீதத்தைக் கேட்கிறாயா

நீயும்! சோலைப்புறமிருந்து காதலர் மீட்டும் வீணாகானம் எத்தகைய விரகதாபத்தை ஒரு பருவ மங்கைக்கு எழுப்பும் என்பதை நீ அறிய மாட்டாயா! அறிவாய்! இதயா! அனைத்தும் அறிவாய்! அறிந்தும் எனக்கு ஆறுதல் கூறுவதற்காக இப்படி மௌனம் சாதிக்கிறாய் – இல்லையா!"

"உண்மைதான் நளாயினி! உலகா உன்னைப் பத்தினி என வாழ்த்தினாள், அதையும் மறைந்து நின்று கேட்டேன். அந்தப் புகழ் வெளிச்சம் மட்டுமே போதுமென்று திருப்தி அடைய வேண்டியதுதான்."

"இதயா! உண்மையைச் சொல்! நான் பத்தினியா ? எப்படி ? எப்படி?'

"ஆமாம்! குஷ்டரோகம் பிடித்த கணவனைத் தாசி வீட்டுக்கு அனுப்பியிருக்கிறாயே!"

"கிண்டல் செய்யாதே இதயா! குஷ்டரோகம் பிடித்தவனோடு கூடிக் கிடக்க எனக்கு விருப்பமில்லை. அவனோ என்னை ஆசையோடு அழைக்கிறான். அணைக்கவோ என் கை நடுங்குகிறது. ஆகவே தான் அவனைத் தாசி வீட்டுக்கு அனுப்பினேன். என் அழகுக்கு ஆபத்து வராமல் அவன் ஆவல் தீர்ந்தால் சரியென்று எண்ணினேன். இந்தத் தந்திரம் உனக்குத் தெரியாதா, இதயா!"

"நானறியாதது ஒன்றுண்டா நளாயினி! ஆனாலும், உலகா நம்பியிருக்கிறாள்; உன் பதிபக்தியை! குஷ்ட ரோகியைத் தாசி வீட்டுக்குத் தலையிலே தூக்கிக்கொண்டு போனதைப் பெரிய பதிபகதி என உலகா எண்ணுகிறாள்."

"தலையில் தூட்கிக்கொண்டு போனேன் என்கிறாயே நீயும்! திருத்திக்கொள்! கூடையில் வைத்துத் தலையில் தூக்கிக்கொண்டு போனேன். குஷ்டரோகியைக் கையால் தொட்டுத் தலையில் தூக்கிப்போக எனக்கென்ன பைத்தியமா? அதெல்லாம் ஜாக்கிரதையாகக் கூடையில் வைத்துத் தான் கொண்டு போனேன்."

*“நளா! உன் கணவன் எவ்வளவு சுடுமொழிகளைக் கூறினாலும் – எதிர்த்து ஒரு சொல் கூறாத கற்பரசி என நேற்றுக் கூட உலகா என்னிடம் உன்னைப் புகழ்ந்தாள்.”*

*“கணவன் திட்டினான் – நான் மறுமொழி பேசவில்லை; உண்மைதான். குஷ்டரோகிதானே திட்டுகிறான் என்று அலட்சியப் படுத்தினேன். நானும் அவனுடன் பேசினால் பேச்சு வளரும். அந்த வாதத்தின் காரணமாக அவனோடு நெருங்கி நின்று வார்த்தையாட வேண்டும். அதற்காகத்தானடி, அந்தக் குட்டம் பிடித்தவன் குரைத்துக் கொண்டிருக்கட்டும் என்று விட்டுவிட்டேன்!”*

*“உம்... எப்படியோ பத்தினி என்று பட்டம் பெற்றுவிட்டாய்! பார் புகழும் பதிவிரதை – பதிபக்தி மிகுந்தவள் என்றெல்லாம் உலகா புகழ்ந்துவிட்டாள் உன்னை!”*

*“உலகாவுக்கு என்னடி தெரியும் என் உள்ளத்தில் இருக்கும் எரிமலை ? பத்தினிப் பட்டம் போதுமா பருவக்களை சொட்டும் இந்தப் பரிதாபத்துக்குரியவளுக்கு! சொல்லடி இதயா! சொல்லு! சுகவாழ்வுக்கு வழி சொல்லு!”*

*“வழி சொல்கிறேன் – நளாயினி! நான் ஒரு புதிய வரம் தருகிறேன். இந்த ஜென்மத்தைச் சீக்கிரம் கழித்து விட்டு விரைவில் அடுத்த ஜென்மம் எடு! அந்த ஜென்மத்தில் நீ திரௌபதியாகப் பிறக்கப் போகிறாய்! ஒரு கணவன் இருந்தும் உனக்கு உற்சாகமில்லை, உல்லாசமில்லை. உள்ளமோ வேதனைக் களமாயிருக்கிறது உனக்கு! ஆகவே அடுத்த பிறப்பில் ஐந்து கணவரோடு ஆனந்த வாழ்வு வாழ அருமையான வரம் தருகிறேன்”.*

*“இதயா! இது உண்மையா?”*

*“பொய் இல்லை! புது வாழ்வு ஆரம்பமாகிறது உனக்கு! புது வாழ்வு – புனர் ஜென்மம் – இரண்டும் பொருளில் ஒன்றுதான்! அதைப் புரிந்து கொள்ளடி, என் தோழி.”*

“புரிந்துகொண்டேன்!” என்று பூரிப்புடன் துள்ளியபடி நளாயினி, இதயாவைத் தழுவிக்கொள்கிறாள். சோகக் கண்ணீர், ஆனந்தக் கண்ணீராக மாறிவிட்டது அவளுக்கு! அந்த ஆசிரமத்தில் இன்பகீதம் ஆரம்பமாயிற்று!

குறிப்பு : புராணக் கதைப்படி நளாயினிதான் திரௌபதியாகப் பிறந்திருக்கிறாளாம்.

# காதல் கடிதம்

எந்த இடத்தில் நாங்களிருக்கிறோம் என்றே சொல்ல முடியாது. எந்த நேரத்தில் எங்களது முகாம் வேறிடத்துக்கு மாற்றப்படும் என்றும் கூறமுடியாது. எப்போது நாங்கள் சாவோம்; அல்லது சாவிலிருந்து மீள்வோம் என்றும் கூறமுடியாது. எதிரிகளின் தாக்குதல் எத்தன்மைத்தாயிருக்கும் என்றும் நிச்சயிக்க முடியாது. வெறிபிடித்த இட்லர் முஸோலினியின் பக்கந்தான் வெற்றி மழை பொழிகிறது என்ற செய்திகள் நிமிஷத்துக்கு நிமிஷம் காதிலே விழுந்து கொண்டிருக்கிறன. கடலிலே சென்றால் கண்ணி வைத்து பிடிக்கின்றனர்-பறந்தால் சுட்டு வீழ்த்துகின்றனர்- நடந்தால் சுற்றிலும் நாசம் படையெடுத்து வருகிறது இப்படிப்பட்ட சூழ்நிலை-கூடாரத்தை விட்டு வெளியிலே சென்றால் தலையிலே செடிகொடிகளை வைத்துக் கட்டிக்கொண்டு நடக்கவேண்டும் இல்லை; இல்லை; நகரவேண்டும். அப்போது தான் எதிரியின் விமானத்தை ஏமாற்ற முடியும். ஏதோ மரஞ்செடி கொடி அசைகிறது என்று பகைவர்கள் போய்விடுவார்கள். மனிதன்; அதுவும் ராணுவத்தொப்பி அணிந்த நேச தேசப்படையைச் சேர்ந்தவன் என்று தெரிந்தால் போதும்; விமானத்திலிருந்து குண்டு பொழியும் சிதறிப்போய் விடவேண்டும் தூள்தூளாக! இதுபோன்ற பயங்கரம் நிறைந்த-விநாடிக்கு விநாடி மரணத்தோடு போராட்டம் நடத்திய அந்த சமயத்திலேகூட, நான் அவளுக்குக் கடிதம் எழுதத் தவறவில்லை. பட்டாள முகாமிலே பயிற்சி பெற்ற நேரம்போக, மிச்சமுள்ள நேரமெல்லாம் என் காதலிக்கு ஓலை எழுதுவதிலேயே உற்சாகமாகக் கழிந்தது. அன்று கடிதம் எழுதிக் கொண்டிருந்தேன். என் நண்பன் பாலன் அதைப் பின்னாலிருந்து கவனித்துக் கொண்டிருந்ததைக் கூட நான் பார்க்கவில்லை. பாலன் தமிழ் நாட்டிலே தஞ்சை ஜில்லாவிலிருந்து பட்டாளத்திற்கு வந்தவன். என்னோடு நெருங்கிப் பழகிய நண்பன்.

சொல்லப் போனால், எனக்குத் தமிழ் கற்றுக்கொடுத்த ஆசிரியர் கூட அவன் தான். என்னிடம் அவன் இந்தி கற்றுக் கொண்டான். ஒருவருக்கொருவர் உபாத்தியாயர்களாக மட்டுமில்லாமல் உழுவலன்பு பூண்ட தோழர்களாகவும் இருந்தோம். கடிதத்தை எழுதி தபாலில் போட்டுவிட்டு வந்தேன். பாலன் என்னைப் பரிகாசமாகப் பார்த்தான். 'என்ன பாலா?' என்றேன். பாலன் ஆரம்பித்து விட்டான்.

"அன்புள்ள கண்மணி சுதேஷுக்கு சுந்தர் பாபுவின் ஆசை முத்தங்கள். அல்லும் பகலும் அனவரதமும் உன் அழகு முகத்தை எண்ணியெண்ணி ஏங்கிக் கொண்டிருக்கிறேன். எதிரிவிமானங்கள் வட்டமிடும் போதும் எங்கள் பாசறையை நோக்கி ஆபத்து வரு கிறது என்று அபாயச் சங்கு ஒலிக்கிற போதும் - இடியோசை கேட்டு "அர்ச்சுனா-அர்ச்சுனா" என்று அலறுவார்களே; அதுபோல நானும் பகையோசை கேட்டு, "சுதேஷ் சுதேஷ்" என்று முணு முணுக்கிறேன். அந்தக் காதல் மந்திரந்தான் கண்ணே-எனக்கு ஆறுதல் வழங்கும் அமுதமாக இருக்கிறது-எப்போது இந்தப் பொல்லாத போர் முடியுமோ; பொன்னழகே; அன்னை ஓடிவந்து அணைப்பேனோ; தெரியவில்லை சுதேஷ் தினந்தோறும் நான் உனக்கு கடிதம் எழுதுகிறேன்; நீ பதிலுக்கு ஏன் நாள்தோறும் கடிதம் எழு தக் கூடாது? தெவிட்டிவிடும் என்று கருதுகிறாயோ? என் தேனே ! முன்பெல்லாம் தினம் ஒருமடல் எழுதி னாய் ; தினம் கடிதம் எழுதுங்கள்' என்று எனக்கு மட்டும் கட்டளையிட்டாய் உன் கட்டளையை சிரமேற் கொண்டு நான் எழுதிக் கொண்டிருக்கிறேன். நீ மட்டும் ஏனோ; திடீரென்று ஒருமாதகாலமாக மௌனம் சாதித்து விட்டாயே தெரியவில்லையே சுதேஷ்- சுருண்டு போகிறேன் நான்! கனவிலே உன்னைக் கண்டு கலங்குகிறேன். சதா என் இருதய பீடத்திலே அமர்ந்து என பூசைக்குரிய பொன் விக்ரமாக அமைந்திருக்கும் உனக்கு என்மீது என்னம்மா கோபம்? என் உயிரே! இதற்காவது பதில் எழுதி எனக்கு உயிர்ப் பிச்சை கொடு! விரைவிலே திரும்பிவந்து விவாகம் செய்து கொள்ளவில்லை என்ற ஒரு தவறைத் தவிர நான் வேறென்ன

தவறு செய்தேன் ? விரைவில் வெற்றி வீரனாக வருகிறேன் ! பதில்-பதில்.

அன்புக்கு அடிமை,

சுந்தர் பாபு

நான் அவளுக்கு எழுதிய கடிதத்தை அப்படியே மனப்பாடம் செய்து ஒப்புவித்தான் பாலன். அப்போதுதான் தெரிந்தது அவன் என் பின்னால் மறைந்திருந்து கடிதம் முழுவதையும் படித்திருக்கிறான் என்று !

காதல் விவகாரங்களில் ஈடுபடும் போதாகட்டும்; காதல் கடிதம் எழுதும் போதாகட்டும்; காதலியின் பால் கண்ணை வீசும் போதாகட்டும் - பக்கத்தில் யார் இருந்து நம்மை கவனிக்கிறார்களோ என்ற பயமே மனிதனுக்கு ஏற்படுவது கிடையாதே! சும்மாவா சொன்னார்கள் காதலுக்கு கண்ணில்லை என்று ! அது என் விஷயத்தில் உண்மையாகத்தான் முடிந்துவிட் டது - என்னையறியாமல், பாலன் கடிதத்தைப் படித்ததை மட்டுமல்ல நான் குறிப்பிடுவது; என் காதல் மாளிகையின் அஸ்திவாரமே - குருட்டுக் கொத்தனாரால் அமைக்கப்பட்ட போலி அஸ்திவாரமாகத்தான் முடிந்துவிட்டது. அப்போதே சொன்னான் பாலன்; அடிக்கடி கடிதம் எழுதாதே, கசந்துவிடும் என்று! கைவலிக்க வலிக்க எழுதினேன்; கருத்து இனிக்கப் படிப்பாள் என்று நம்பினேன். ஆனால் நம்பிக்கை நாசமாயிற்று. உலகத்தை நிலை கலக்கிய போர் முடிந்து விட்டது. ஆனால் என் உள்ளத்தை நிலை கலக்கிய போர் முடிவடையவில்லை.

ஆயிரம் மடல்; அதற்கு பதில் எழுதவில்லை பாலன் சொன்ன சமாதானங்கள் எதுவும் என் காதிலே ஏறவில்லை, "யுத்தச் செய்திகள் யாருக்கப்பா சரியாகக் கிடைக்கிறது ? எங்கேயோ ஒருமூலையில் இந்தியாவிலே குடியிருக்கும் உன் காதலியின்

குடும்பத்தார் யுத்த வெறியினால் எப்படிப் பாதிக்கப்பட்டார் களோ; யார் கண்டது ? சுதேஷாவின் மீது வீணாக ஆத்திரப்படாதே! நேரில் சென்று உண்மை நிலையை அறியணும்'' என்று பாலன் அடிக்கடி கூறினான். அவனது ஆறுதலால் உயிர் வாழ்ந்தேன். அவன் கூறியது உண்மைதான் என்பது போல அவளுக்கு நான் கடைசியாக எழுதிய கடிதங்கள் எல்லாம் எனக்கே திரும்பிவர ஆரம்பித்தன. யுத்தத்தினால் என் அன்புக்கரசியும், அவளது குடும்பத்ினரும் பாதிக்கப்படடு விட்டனர் என்பதை நம்பினேன். சுதேஷாவின் அன்பையும் காதலையும் சாதாரணமாக எடை போட்டு விட்டோமே என்று எனக்குள்ளாகவே வருந்தினேன். போர் முடிந்தது; எங்களை யெல்லாம் மகிச்சியோடு ஊருக்கு அனுப்பினார்கள். நான் பாலனையும் அழைத்துக்கொண்டு சுதேஷாவைப் பற்றிய விபரமறியப் புறப்பட்டேன். சுதேஷாவின் வீடு பூட்டப்பட்டுக்கிடந்தது. பக்கத்திலே விசாரித்தேன். அவர்கள் சொன்னார்கள்.அவளுக்குக் கல்யாணமாகி விட்டதென்று!

என் மனம் சூன்யமாகிவிட்டது - மயக்கம் வரும் போலிருந்தது அவ்வளவுதான்; கீழே சாய்ந்துவிட் டேன் - மயக்கம் தெளிந்து எழுந்தேன்-பக்கத்திலே பாலன் இருந்தான்-- அவனைக் கேட்டேன்;

"சுதேஷாவின் கணவன் யார் என்று யாரிடமாவது விசாரித்தாயா? " என்று!

"விசாரித்து விபரமறிந்தேன்-சுந்தர்! சுதேஷாவுக்கு கணவனை தேடிக் கொடுத்ததே நீ தானே! " என்றான் பாலன்,

'நானா ?'

'நீ இல்லை - நீ எழுதிய கடிதங்கள் !'

கடிதங்களா..... ........?

ஆமாம் - தினம் ஒரு கடிதம் எழுதும்படி சுதேஷா உனக்கு எழுதினாள் அல்லவா...

'ஆமாம்''

"அது ஏன் தெரியுமா ?"

" ஏன் ? "

'கடிதம் கொண்டுவருகிற அந்த தபால்கார் னின் அழகை ரசிக்கத்தான் !'

"ஆமாம் - சுந்தர் ! அக்கம் பக்கத்தார் கூறிய உண்மை இது! தினந்தோறும் அந்த அழகும் வாலிபமும் இணைந்த தபால்காரனை சந்தித்த சுதேஷா தன் நிலைமறந்தாள் -நீ அடிக்கடி கூறுவாயே இந்துப் பெண்ணின் தர்ம நெறியைப் பற்றி; அந்த நெறியிலிருந்தும் விழுந்தாள் அவ்வளவு தான்; தபால்காரனுக்கும் சுதேஷாவுக்கும் கல்யாணம் முடிந்து விட்டது!"

பாலன் அந்தத் செய்தியைக் கூறிய பிறகு, உலகப் போர் இன்னும் முடியவில்லை என்றே எனக்குத் தோன்றியது- தோன்றுகிறது. பாலன் என்னோடு இரண்டுநாள் தங்கியிருந்தான்; அவனும் போய்விட் டான்; அவனது 'அத்தை மகள்' அவசர அழைப்பு அனுப்பினாள் என்று நான் என்ன செய்வேன் ? என் கடிதத்தை சுமந்து வந்தவன் பெற்ற பாக்கியம்கூட, கடிதம் எழுதிய நான் பெறமுடியவில்லையே! அதிகமாகக் கடிதம் எழுதுவதிலும் இப்படி ஒரு ஆபத்து இருக்கிறது என்று எனக்குத் தெரியாமல் போய் விட்டதே.

அப்போதே, அந்த ஜெர்மனியரின் குண்டுகள் என் தலையில் விழுந்திருக்கூடாதா?

# புரட்சிப் படம்

டைரக்டர் சார்! பணத்தைப்பற்றிக் கவலையே இல்லை - உங்கள் இஷ்டத்துக்கு செட்டுகள் போட்டுக் கொள்ளலாம்- ஸ்டுடியோவுக்குள் அமெரிக்காவின் கட்டிடங்கள் வரவேண்டுமா? மாஸ்கோவின் தெருக்களை அமைக்க வேண்டுமா? கடல் ஒன்று கட்டவா? கானத்தையே அழைக்கவா? மழையா? புயலா? பூகம்பமா? எது வேண்டுமானாலும், என்ன செலவானாலும் சரி—படம் பெரிய படமாக இருக்க வேண்டும். - பெரிய படம் என்றால் நாற்பதாயிரம் அடியோ -அல்லது சினிமாஸ்கோப் மாதிரியோ அல்ல சார்! ஒரு வருஷத்துக்கு ஒரு ஊரிலே ஓட வேண்டும்- இந்தப் படத்தைப் பற்றி பேசாதவர்கள் பிறக்காதவர்களாகத் தானிருக்க வேண்டும் - வசூல் மட்டும்மல்ல லட்சியம் ! அருமையான கதை! அபூர்வமான வசனம் ! அற்புதமான டைரெக்ஷன்! அநாயசமான நடிப்பு! அமோகமாக கூட்டம்! இப்படி ஒரே பரபரப்பு நாட்டிலே ஏற்பட வேண்டும் - நான் இந்தப் படத்தை பணம் சம்பாதிப்பதற்காக எடுக்கவில்லை - இதில் வரும் லாபம் முழுவதையும் நாலைந்து கல்லூரிகள் கட்டுவதற்குச் செலவிடப் போகிறேன்- உங்களுக்குப் பிடித்தமான எழுத்தாளரையே ஏற்பாடு செய்து விட்டேன்- முற்போக்கு எண்ணத்தோடு எழுதுவதில் அவருக்கு நிகர் அவரே தான் அரைக் கோடி ரூபாய் அதற்காக ஒதுக்கிவிட்டேன் - நடிக, நடிகைய தேர்தல் - படப்பிடிப்பு - உடனே ஆரம்பமாக வேண்டும். ”

பட முதலாளி, பரமசிவானந்தம் அவர்கள் முற்போக்கு எண்ணங்கொண்டவர்- நல்ல கருத்துள்ள படங்களை மக்களைத் திருத்தும் வகையில் வெளியிட வேண்டுமென்ற அவர் அதிகமுடையவர் -படம் எடுத்துத்தான் பணம் சம்பாதிக்க வேண்டும் வாழ்வு நடத்த வேண்டும் என்ற நிலையிலே உள்ள வருமல்ல; பணத்தை அளவுக்குமேல்

குவித்து அழகு பார்க்கும் கருமித்தனமுடையவருமல்ல. வள்ளல் தன்மையும் அதே நேரத்தில் நாட்டுக்குத் தேவையான எண்ணங்களை கலைகள் மூலம் பிரச்சாரம் செய்ய வேண்டுமென்ற கொள்கையும் பெற்றவர். பல லட்ச ரூபாய்க்குச் சொந்தக்காரரான அவர், உலகத்தையே ஒரு கலக்குக் கலக்கக்கூடிய ஒப்பற்ற பெரும் படம் ஒன்றை எடுப்பதற்காகத் தன் சொத்தில் பெரும் பகுதியான ஐம்பது லட்ச ரூபாய்களை முதலாக வைத்தார். ஸ்டுடியோ ஒன்றைத் தனியாக அமைத்தார், படம் வசதியாக எடுப்பதற்காக! மிகப் பிரசித்தி பெற்ற டைரக்டர் ஒருவரும், மக்களிடம் செல்வாக்கு பெற்ற வசன மேதை ஒருவரும், புதுமைக் கவிஞர் ஒருவரும், ஒப்பந்தம் செய்யப்பட்டனர்.

தன்னுடைய நல்ல உள்ளத்தை, படமுதலாளி அவர்களிடம் திறந்து சொல்லிவிட்டார் அவர்களும் — அகிலம் வியக்கும் அறிவுக்கதை யொன்றை அழகான பாடல்களுடன் தயார் செய்து விட்டனர். படப்பிடிப்பு ஆரம்பமானது. புகழ்வாய்ந்த நட்சத்திரங்கள் ஒருவர் பாக்கியின்றி நடித்தனர்- நாடெங்கும் அந்தப் புதிய படத்தைப் பற்றியே பேச்சு - " எப்போது வெளி வருமோ" என மக்கள் ஏங்கி நின்றனர் ஐம்பது லட்சம் ரூபாயும் கரைந்து, படப்பிடிப்புவேலை - ஏறத்தாழ ஒரு கோடியை எட்டிப் பிடித்தது — பட முதலாளி சில இடங்களில் கடன்வாங்கி படத்தின் வளர்ச்சியைத் துரிதப்படுத்தினார். படம், இதுவரையில் யாரும் வெளியிடாத அந்த அளவு, உயரிய முறையில் உள்ளத்தைக் கொள்ளைக்கொள்ளும் வகையில் அமைந்தது-யாரும் துணிந்து சொல்ல முடியாத புரட்சிக் கருத்துக்களை, நாகரீகமான முறையிலும், ஆபாசமற்ற தன்மையிலும், அந்தப்படம் விளக்குவதா யிருந்தது-தொழிலாளர் உயர்வுக்கான வழிகள்- சாதிபேதமற்ற சமுதாயம்-கடவுள் பெயரால் நடைபெறும் கயமைச் சேட்டைகள்-கலையின் பெயரால் நிகழும் ஆஷாட பூதித் தனங்கள்-மதம் மக்கள் சமூகத்தை எப்படிப் பாழ்படுத்துகிறது என்ற விளக் கம்—இத்தனையும் அடங்கிய ரத்தினமாக அந்தப் படம் அமைந்து விட்டது-நடிப்பு-ஆகா ! இதயத்தின் துடிப்பு !

கதை-வாழ்வின் ஒளி-வசனம் - ஜீவ காவியம் பாடல்கள்-தேன் பாகு-கற்கண்டு டைரக்ஷன் பாராட்வே இயலாது! அத்துணை சிறப்பு — அத்துணை சிறப்பு !

படம், ஆயிரம் ஆயிரம் அடியாக வளர்வதிலிருந்து, அது பதினாயிரம் அடிகள் வளரும்வரை-தினந் தோறும் படமுதலாளி அதைப்பார்த்துப் பார்த்து ரசிப்பார்- தேசமெங்கும் புகழக்கூடிய ஒரு பெரிய படத்தை அளிக்கப் போகிறோம் என்ற ஆனந்தம் அவரை ஆட் கொண்டது - நண்பர்கள் வருவார்கள் - படத்தைக் காட்டுவார்- மகிழ்வார்கள் -பாராட்டுவார்கள்.

ஒரு சிலர் மட்டும் - சிறப்பான படந்தான் ஆனால் சென்சார் ஆகுமா? என்று சந்தேகத்தோடு கேட்பார்கள். அதைப்பற்றிக் கவலையே இல்லை என்பார் படமுதலாளி-இப்போதென்ன அக்கிரமமான விஷயத்தையா படத்தில் சொல்லிவிட்டோம் ? செக்ஸ் அப்பீலா இருக்கிறது? அல்லது ஆபாச வசனமா? மறுக்கக்கூடிய விஷயம் என்ன இருக்கிறது? புராணப் படங்களில் வரும் ஆபாசங்கள் எதுவும் இதிலே கிடையாதே! தாராச சாங்கத்தைப் போலவா படம் எடுத்திருக்கிறோம்? இல்லையே-சென்சார் எதற்காகத் தலையிடப் போகிறார்கள்? என்று ஆத்திரமாகக் கேட் டார் பரமசிவானந்தம். அவரது நண்பர்களைப் போலவே நாட்டுமக்களும் - சென்சாரைப் பற்றிக் கவலைப்பட்டுக் கொண்டிருந்தார்கள். சென்சார் என்பது, ஒரு பாரபக்ஷம் வாய்ந்த ஸ்தாபனம் என்பது, நாட்டு மக்களின் தீர்ப்பு. அதனால் பரமசிவானந்தம் எடுக்கும் புரட்சிப் படத்திற்கு ஏதாவது ஆபத்து வரும் என்று எதிர்பார்த்தனர் சென்சாருக்கு முன்பே, படத்தைப் பற்றிய விளம்பரங்கள் வெளிவந்தன.

'மதவாதிகளுக்கோர் மருந்து ! மறுமலரிச்சித் தூதருக்கு விருந்து ! '

‘ஆண்டவன் பெயரால் அவனியை ஏமாற்றாதே! ஆண்டான் அடிமை அகிலத்தில் வேண்டாம் !’

இதுபோன்ற கொட்டை எழுத்து வாசகங்க ளோடு புரட்சிப் படத்தின் விளம்பரங்கள் ஏடுகளில் மின்னின.

கடைசியாகப் படம் சென்சாருக்கும் சென்றது படத்தில் எந்தக் காட்சியும் பாதிக்கப்படாத வகையில் இரண்டே இடங்களில்தான் சென்சார் வெட்டி யிருக்கிறார்கள் என்ற சேதி நாடெங்கும் பரவிற்று- அப்பாடா, படம் தப்பிப் பிழைத்தது, என்று நாட் டோர் பெருமூச்சுவிட்டனர்.

குறிப்பிட்ட தேதியிலே படத்தை வெளியிடும் விளம்பரம் வந்தது அடடா! படத்தின் பெயரை இது வரையில் சொல்லாமல் இருந்துவிட்டேனே "செவ்வானம்" என்பதுதான் அந்தப் புரட்சிப் படத்தின் பெயராகும்.

நானூறு தியேட்டர்களில் ஒரே நாளில் படம் வெளியிடப்பட்டது — தியேட்டர்கள் இடிந்து நொறுங்கிவிடுமோ, என்கிற அளவுக்குத் திரளான கூட்டம். எந்தப் படத்திற்கும் இவ்வளவு பரபரப்பு இருந்ததில்லை.

தலைநகரத்திலே, திரையிடப்படும் தியேட்டருக்கு பரமசிவானந்தம் வருகை தந்திருந்தார். அவரைக் கண்ட மக்கள், ஆவலோடு வரவேற்று குதூகலித்தனர்.

படம் ஆரம்பமானது.

"செவ்வானம்” என்ற தலைப்பைக் கண்டதும் ஒரே கைதட்டல்-வயிற்றெறிச்சல்காரர்கள் சிலரின் மனதைப் புண்படுத்தக்கூடிய அளவுக்கு மக்களின் ஆரவாரம். "கதை வசனம்" என்ற பெயர் ' காட்டப்பட்டது; அதனையொட்டி,

நடிகர்கள் டைரக்டர் பெயர்கள் வந்தன. இறுதியில், 'தயாரிப்பு பரமசிவானந்தம்' என்ற எழுத்துக்கள் பெரும் கரகோஷத்தைப் பெற்றன-அடுத்த முதல் காட்சி என்ன என்று மக்கள் துடித்தனர்- திரை ஒரே வெளுப்பாயிருந்தது! சில விநாடிகளில் அப்படியே இருந்தது. பிறகு கீழ்க்காணும் எழுத்துக்கள் உருண்டு வந்தன.

"படம் - முற்றிற்று - வணக்கம் "

மக்கள் திகைத்தனர், தியேட்டரில் மணி அடிக்கப்பட்டது- திரைகள் இழுக்கப்பட்டன. தியேட்டரில் ஒரே புரட்சி - மக்கள், பரமசிவானந்தத்தை சூழ்ந்து கொண்டனர்.

" என்ன அக்கிரமம் ? " என்று கத்தினர்.

"எல்லாம் சென்சார் வேலை " என்றார் அவர்.

"சென்சார் இரண்டு இடத்தில்தானே அய்யா வெட்டியதாகச் சொன்னார்கள் ? "

ஆமாம் தோழர்களே ! சென்சார் இரண்டே இடத்தில்தான் வெட்டினார்கள் !

முதல் இடம் : டைட்டில் முடிந்ததும் வெட்டினார்கள்.

இரண்டாவது இடம்: 'வணக்கம்': என்பதற்கு முதல் பிரேமில் வெட்டி விட்டார்கள் - ஆக இரண்டே இடம் தான்!' என்று பட முதலாளி பதில் சொன்னார் மக்கள் வெள்ளம் "சென்சார் ஆபீஸ்" திசையை நோக்கி, ஒரு ஆத்திரப் பார்வையை வீசிற்று!

## நாட்டிய கலாராணி

நெருப்புக் குண்டத்திற்குப் பக்கத்திலே அவள் நிறுத்தப்பட்டிருந்தாள். கொழுந்து விட்டெறியும் தீயின் சிவப்பு நாக்குகள் அவளை இரையாக்கிக்கொள்ளத் துடிப்பதுபோல் நீண்டு உயர்ந்து வளைந்து நெளிந்து ஆடிக்கொண்டிருந்தன. அவளுக்குத் தரப்பட்ட தண்டனை மிகப்பயங்கரமானது. அதை நிறைவேற்றுவதற்காகவே அவள் அங்கே நிறுத்தப்பட்டிருந்தாள்.

அக்கினி குண்டத்தை அவள் மூன்று முறை வலம் வரவேண்டும். மூன்றாவது முறை அவள் அந்த நெருப்பிலே தூக்கி எறியப்படுவாள். அவளாகவே விழுந்து விட்டாலும் பாதகமில்லை- தடுக்க வேண்டா மென்று உத்தரவு சில வினாடிகள் தான் தீயிலே கிடக்க அனுமதிக்கப்படுவாள்; அரை வேக்காடாக அவள் வெந்ததும்-குற்றுயிரும், குலை உயிருமாக வெளியிலே தூக்கப்படுவாள். தங்கம் போன்ற அவள் மேனியிலே எங்கெங்கே ரணம் ஏற்பட்டிருக்கிறது என்று பார்ப்பார்கள். அந்த ரணங்களை ஆற்றி, உயிரூட்ட மருத்துவரை அழைப்பார்கள் என்று யாரும் எண்ணவேண்டாம். நன்றாக எரிச்சல் தரக்கூடிய மிளகாய்த் தூளை அந்தப் புண்களிலே தூவுவார்கள். வேதனை தாங்கமாட்டாமல் அவள் எழுந்து குதிப்பாள் - துடிப்பாள்- அப்போது அரண்மனை நட்டுவனாரும், மத்தளக்காரனும் வரவழைக்கப்படுவார்கள். அவளது ஆட்டத்திற்குத் தக்கபடி அவர்கள் தாளம் தட்டி மேளம் கொட்டுவார்கள். அவளாக அயர்ந்து, மயங்கி, கீழே விழுந்து, மூச்சு முழுமையும் அடங் கிய பிறகுதான் அவளை விடுவார்கள். இந்த மரண வேடிக்கையை மாளிகையிலிருந்தபடியே மன்னன் காணுவதற்கு ஏற்பாடு செய்யப்பட்டிருந்தது.

தீக் காயங்களோடு கூடிய அந்த அழகியின் சவத்தை தலைநகரின் மத்தியிலே நாலு நாளைக்கு கட்டித் தொங்கவிடுவார்கள் ! காக்கைகளும், கழுகுகளும் அவள் உடலைக் கொத்திப் பிராண்டிக் களிப்புற அனுமதிதரப்படும். ஐந்தாம் நாள் அந்த உடல் கடலிலே எறியப்படும்.

இப்படி அறிவிக்கப்பட்ட தண்டனையை ஏற்றுக் கொண்டு, அந்தத் தங்கம் நிகர் மேனியாள் -தணல் காட்டுக்கு அருகிலே நின்று கொண்டிருந்தாள்.

இத்தனைக்கும் அந்த ஏந்திழையாள் செய்த குற்றந்தான் என்ன? யாருக்கு என்ன தீங்கிழைத்தாள்? அரசு சீறுமளவுக்கு-அக்கினி தழுவுமளவுக்கு-அந்த ஆரணங்கு புரிந்த ஆபத்தான செயல் தான் யாது ? வேற்று நாட்டுக்கு வேவுக்காரியாக மாறினாளா? சுதந்திர பூமியை அடிமையாக்க உதவும் சூன்யக்காரியாக உலவினாளா ? கொலை செய்தாளா ? கற்பு நிலைகுலைந்து கருவைச் சிதைத்தாளா? வீதியிலே போவோருக்கு வழி காட்டி, 'இன்ப புரிக்கு வழிகாட்டுவேன் வாரீர்' என்று வலுவிலே அழைத்தாளா ? இல்லை; இல்லை, அவள் செய்த குற்றம் மேற்கூறிய எதுவுமில்லை !

அவள் யார்? அங்கேன் நிறுத்தப்பட்டிருக்கிறாள்? அவள் ஒரு நடனக்காரி! கோமேதகம் அவள் பெயர் !

அவள் பாதம் பட்டால் பாபம் தொலையும் என்பார்கள், பரதநாட்டியத்தோடு பக்தியைக் குழைத்துப் பேசும் பாகவத சிரோன்மணிகள், காற்றிலாடும் முல்லைக்கொடியோ - கான மயிலோ-என இன்ப ஊற்றிலெழும் வார்த்தைகளைக் கொட்டிக் கொட்டி வர்ணிப்பர் வாலிபக் காளைகள் !

*விழியோ-வேற்படையோ ? மொழியோ-முக்கனியோ ?*
*இடையோ-இருபிறைவடிவோ ?*

இப்படிப் புகழ்பாடும் புலவர்க்கூட்டம் !

காலிலே சதங்கை கொஞ்சும்-காண வந்த சபையோரின் கண்கள் கெஞ்சும்! கடைவிழி காட்டுவாள்- 'காமன்' படையுடன் மோதுகிறான் எனக் கதறுவர் காளையர் !

விரல் நெளியும்-வீரர் தம் தோள்கள் வளையும் ! சுற்றிச் சுழன்றாடுவாள் பம்பரம்போல-சூறைக்காற்றில் பஞ்சானோம் எனப் பரிதவிப்பர் பருவ இளைஞர்!

கோமேதகம் - ஆழிநாட்டுக்கு அழகு வழங்கும் கோமளவல்லி! அந்த தேசத்து அதிசயங்களிலே அவளும் ஒன்றானாள். தேச முழுதுமுள்ள நடன அரங்கங்களிலே அப்சரஸ்-ஆடலரசி -அழகுராணி என்பன போன்ற பட்டங்களைப்கபற்று, நாட்டியத் திற்கோர் ஒளிவிளக்காகத் திகழ்ந்தாள். கவிவாணர்- கலைவாணர்-மதிவாணர் கூடிய மாமன்றங்களிலே அந்த வேல்விழியாள் பெற்ற விருதுகள் ஏராளம். தேசத்தின் அழகுப் பொக்கிஷம்-கலைப்பேழை என்றெல்லாம் போற்றப்பட்ட அந்தப் பொற்கொடியாள் தான் நெருப்புக்குழிக்குப் பக்கத்திலே நிறுத்தப்பட்டிருக்கிறாள் ஏன்?

அவள் ஒரு துறவியைக் கெடுத்து விட்டாள். உலக மக்களுக்கு நல்லுபதேசம் செய்யும் ஒரு இளந் துறவிக்கு மையல் மூட்டி, தன் மஞ்சத்து அடிமையாக ஆக்கிவிட்டாள். இது பெரிய குற்றமென தீர்ப்பளித்தான் மன்னன். மன்னனின் வழக்கு மன்றத்திலே இது மிகப் புதுமையான வழக்கு. இதுவரையிலே இப்படி ஒரு வழக்கை அந்த மன்றம் சந்தித்த தில்லை. இது போன்ற சாயல் உள்ள வேறு வழக்குகள் கூட வந்தது கிடையாது ! இதைவிடப் பெரிய வழக்குகளிலே வழங்கப்பட்ட தீர்ப்புகள்கூட இந்த அளவுக்குக் கடுமையாகவும் கோரமாகவும் இருந்ததில்லை.

ஆழிநாட்டு மக்களும், ஆத்தானத்து அலுவலர்களும் ஆச்சரியப்பட்டார்கள், அரசன், இது போன்ற கொடுமையான தண்டனையை யாருக்குக் அளித்தது கிடையாதே; கோமேதகந்திற்கு மட்டும் அளித்தது ஏன் ?-என்று ஒருவரை யொருவர் கேட்டுக்கொண் டார்கள். அந்தக் கலையரசியின் பரிதாப முடிவு கேட்டு நெஞ்சு திடுக்கிட்ட கலைத்துறை விற்பன்னர்கள் பலரும் கருணை மனு சமர்ப்பித்து, காவலனின் கட்டளையைத் தளர்த்துமாறு வேண்டினர். எதுவும் வேந்தனின் காதிலே விழவில்லை.

'நிறைவேற்றுங்கள் உத்திரவை' என்று கண்டிப்பாகக் கூறி விட்டான்; அந்தக் காட்சியைக் காண்பதற்கும் மாளிகை உச்சிக்கு வந்து விட்டான்.

அன்று, கொலுமண்டபத்திலே கோமேதகத்தின் நடனம் முதன் முதலாக நடைபெற்றது.

கோமேதகம் என்றொருத்தி இருக்கிறாள்; ஆட்டத்திலே அவளை ஜெயிக்க அவனியிலேயாருமில்லை; என்று அரண்மனை மனிதர் அனைவரும் பேசினர். அரசன் இதைக் கேட்டான். 'அழைத்து வருக கொலு மண்டபத்திற்கு' என்றான். வந்தாள் ஆடினாள். மன்னன் மார்பிலேபுரண்ட மரகத மணிமாலை-இதுவரை யாரும் பெறாத அற்புதப் பரிசு- அதை அவளுக்கு அளித்தான். 'நாட்டிய கலாராணி' என்ற பட்டமும் சூட்டினான் நான் பெற்ற பேறு இது' என நன்றி தெரிவித்து நகை முழக்கினாள். கொற்றவன் குதூகலித்தான். கோமேதகம்- கோமேதகம் மந்திரம்போல் உச்சரித்தான், அந்தப் பெயரை! அவள் விடை பெற்றாள். அரண் மனையிலிருந்து அழகே விடை பெறுவது போன்ற அதிர்ச்சி ஏற்பட்டது அரசனுக்கு!

இரவெல்லாம் விழித்துக்கிடந்தான். கோமேதகம் அவனைக் கொள்ளைகொண்டு விட்டாள்! ராஜ்ய காரியங்களையும் பார்க்க அவனுக்குப் பிடிக்கவில்லை. மகனைக் கூப்பிட்டான். இளவரசா! இன்று முதல் சில நாட்களுக்கு ராஜ்ய விஷயங்களை கவனித்துக் கொள்! எனக்கு ஓய்வு தேவை !" என்று கூறினான்.

இளவரசன் இன்பசாகரன் சம்மதம் தந்தான். சாம்ராஜ்ய அலுவல்களிலே ஈடுபட்டான்.

கோமேதகத்தை எப்படியும் சந்திக்க வேண்டும். என்னைக் கொல்லாமல் கொல்லும் அவள் விழிகளிலே முத்தமாரி பொழிய வேண்டும், அதற்கு வழி ! மன்னன் யோசித்தான் யோசித்தான் - ஒருவழியும் புலப்படவில்லை.

கோநிலா வந்து கொஞ்சுகின்ற இரவு- கோமேதகம் தன் நீலக்குறு நயனங்களை மூடி நிதி திரை பூமிக்குப் பயணம் நடத்திக்கொண்டிழிந்தாள். வாயிற் கதவு தட்டப்படும் ஒலி. எழுந்தாள். கதவைத் திறந்தாள். எதிரே அரசன் நின்று கொண்டிருந்தான்.

'அரசே ! "

"கோமேதகம்!'

"எங்கே இந்நேரத்தில் ? "

"நகர் சோதனைக்கு வந்தேன்- நீ நலமாயிருக் கிறாயா என்று விசாரித்துவிட்டு போக இப்படித் திரும்பினேன்."

"மிகவும் மகிழ்ச்சி-என் பாக்கியமே பாக்கியம்!"

"கோமேதகம்!" அரசனின் குரலிலே நடுக்கம் பிறந்தது.

“என்ன மன்னவா ? "

"ஒன்றுமில்லை!" இப்படிச் சொல்லிக் கொண்டே அவள் தோளிலே கையை வைத்தான். கோமேதகம் தன்னை விடுவித்துக்கொண்டே,

"அரசே" என்று கொஞ்சம் அழுத்தமான குரலிலே எச்சரித்தாள்!

தோல்வியோடு திரும்பிவிட அவன் எண்ணவில்லை.

"கலாதேவி! கருணை காட்டு!" என்று அவளை இறுக அணைத்தான்.

"போய்விடுங்கள் இதைவிட்டு!" என்று அவனை உதறிவிட்டாள் கோமேதகம்.

"முடியாது! நீ என் பேச்சைக் கேட்கவேண்டிய பிரஜை!" என்றபடி அவளை இழுத்தான். இதழை அசைத்துவிடு இன்பமே! இன்று நீ நாட்டியக் கலாராணி- நாளை, இந்த நாட்டுக்கே மகாராணி!' என்று கெஞ்சினான்.

மறுத்தாள்-அறிவுரைகள் கூறினாள்.

"வேந்தே! விபரீதமான காரியம் இது! வேண் டாம் போய்விடுங்கள்! ஆட்டக்காரிதானே ! ஐஸ்வர்ய முள்ளவர்கள் அனைவருமே ஆட்டி வைக்கலாம் என்று கருதிவிடாதீர்கள்! கோமேதகம் அப்படியல்ல ! குடும்பக்கலையும் தெரிந்தவள்!

கோணல் வழி நடந்து கோபுரத்தில் ஏறிக்கொள்ள ஒருக்காலும் சம்மதிக்கமாட்டாள்!" என்று உரக்கக் கூவினாள்.

"உஸ்... சப்தம் போடாதே!" என்றபடி மீண்டும் நெருங்கினான்.

நெருப்பானாள்! அதன் விளைவு, அவன் கன்னத் திலே ஒரு அடி!- பிறகு, மன்னன் அங்கு நிற்கவில்லை. போய்விட்டான்.

கோமேதகத்தின் வாழ்விலே புதிய திருப்பம் ஏற் பட அந்த நிகழ்ச்சி காரணமாகி விட்டது. அன்றாடம் அவளைக் காணுவதற்காக அணிமணிகளோடு வரும் சீமான்களை அவள் பார்ப்பதற்கு மறுத்து விட்டாள்.

அவளைப்பற்றி புகழ் பாடும் புலவர்களைக்கூட அவள் அனுமதிப்பதில்லை! நாட்டிய அரங்குகளும் நிறுத்தப் பட்டுவிட்டன கலைத்துறையில் ஈடுபட்ட பெண், விலைபோகும் பொருளாகவே இருக்கவேண்டுமென்ற தத்துவம் ஒழியும் வரையில் பெண்கள் கலைத்துறையில் ஈடுபடக்கூடாது-என்ற அழுத்தமான முடிவுக்கு வந்துவிட்டாள். அபலைகளை -அனாதைகளை - அதிதிகளை உபசரிப்பது, அவர்களோடு உலக விவகாரங் களைப்பற்றி அளவளாவுவது, அவர்கட்குத் தேவை யான உதவிகளைச் செய்வது-இப்படித் திரும்பிவிட் டது கோமேதகத்தின் வாழ்வு! தலைநகரிலே குடியிருப்பது கூட பிடிக்காமல், எங்கேயோ ஒரு மூலையில் உள்ள குக்கிராமத்திலே வசிக்கப் புறப்பட்டாள். அங்கே ஒரு குடிசை. அதிலே அவளும், அவளுடைய ஆதரவுகோரி வரும் அனாதைகளும் வாழ்ந் தார்கள்! ஆடிச்சேர்த்த பொருளையெல்லாம் ஆதர வற்றவருக்கு வழங்குவதிலேயே தனி ஆனந்தம் கொண்டாள்.

அந்தச் சமயத்திலே தான் அவள் இல்லத்தை நாடி ஒரு இளந் துறவி வந்தான் ! அவளுக்கு விதிக் கப்பட்ட கடுந்

தண்டனைக்குக் காரணமான அந்தத் துறவியை அன்போடு வரவேற்றாள். கனி நிறைந்த தட்டோடு எதிர்வந்து நின்ற இளமயிலின் பனிததும்பும் பார்வையை ரசித்தபடி நின்றான் அந்தத் துறவி. அந்தத் துறவியைத்தான் அவள் கெடுத்துவிட்டாள் என்று குற்றச்சாட்டு வீசப்பட்டது - கோர தண்டனை வழங்கப்பட்டது! கொற்றவனுக்கு இணங்கவில்லை என்ற காரணம் மட்டும் ஒளிந்திருக்கவில்லை, அந்தத் தீர்ப்பிலே!

துறவியைக் கெடுத்துவிட்டாள் என்பதற்காக வழங்கப்பட்டதுமல்ல அந்தத் தண்டனை !

தனக்கு இணங்காதது- தபசியைக் கெடுத்தது- இவை இரண்டுமில்லாமல் இன்னொரு ரகசியக் காரணமும் மறைந்து கிடைந்தது! அந்தக் காரணம், அவனுக்கும், அவனது அந்தரங்க அமைச்சர்களுக் கும் மட்டுமே தெரியும். அந்தோ பரிதாபம்; அந்தக் காரணம் ஆடலரசியாம் கோமேதகத்திற்கும் தெரியாது!

தெரிந்தால் தான் என்ன ? தீக்குண்டத்திலிருந்து தப்பிவிட முடியுமா ? அதோ, அவளை நோக்கி வாய் பிளந்து நிற்கும் பயங்கரமான மரணத்திலிருந்து விடுபடத்தான் முடியுமா ?

செந்தாமரையவள்! செந்தீ படரப் போகிறது அந்தச் சிவப்பு ரோஜா மீது! தலைநகரத்து நடு விலே அமைக்கப்பட்ட விகாரமான மேடை! அதிலே அவளது பிணம் ஊசலாடப் போகிறது !

கடைக் கண்ணழகி என வர்ணித்தனர் - அந்தக் கண்களை சிப்பிக்குள்ளேயிருந்து முத்தை எடுப் பதுபோல கழுகுகள் கொத்தி எடுத்துவிடப் போகின்றன !

அப்பப்பா ! நினைக்கவே முடியவில்லை. எவ்வளவு கோரமான சாவு! எத்துணை அநியாயமான தண்டனை !

அதையும் தாங்கிக்கொண்டு அவள் அசைவற்று நிற்கிறாளே ; அதுவல்லவா ஆச்சரியம்!

அவளது நினைவுகள் வட்டமிட்டுக் கொண்டி ருந்தன. எதிரே மாளிகை உச்சியில் மன்னன் நின்று கொண்டிருப்பதையும் பார்த்தாள். அன்றொரு நாள் இரவு, அவனது ஆசைக்கு அடங்கி இன்பகேளிக்கையில் ஈடுபட இணங்காததால் அல்லவா, இன்றைய தினம் என்னை ரணகேளிக்கை ஆடச்சொல்லி ஆணையிட்டிருக்கிறான்' என்று தனக்குத்தானே உறுமிக் கொண்டாள் தீயிலே தள்ளப்பட்டு, அதிலேயே கருகிச் சாம்பலாகி விடுவதைப்பற்றி அவள் கவலைப்படவில்லை. எத்தனையோ அழகிகள்-உலக சரித்திரத்தை மாற்றி எழுதவந்த 'கிளியோபாட்ரா உல்லாசப் பன்னீர் ஓடையிலே தங்கள் உடலைக் குளிப்பாட்டி சந்தன மணங்கமழும் சரீரம் படைத்தவர்கள் என்று சல்லாப சுந்தரர்களிடம் விருது பெற்ற சரசாங்கிகள் அவர்கள் எல்லோருமே தீ நாக்குகளால் தடவிக் கொடுக்கப்பட்டு பஸ்பமாகப் போனவர்கள்தான்! அவர்களில் ஒரே ஒரு வித்தியாசம்; அவர்களில் பல பலரின் உடல்கள் ஜில்லிட்டுப்போன பிறகு தான் நெருப்புக்கு இரையாக்கப்பட்டன. இவளுக்கோ, ரத்தத்திலே சூடு தணியாமலிருக்கும் போதே 'தணல் வீழ் தண்டனை' அளிக்கப்பட்டுவிட்டது. உயிரோடு தீ புகுவது கூட ஆச்சரியமில்லை; புதுமையான செய்தியுமல்லதான்! தீக் குளித்த ராஜகுமாரிகளை ராஜபுதனத்து சரித்திரம் பட்டியல் போட்டுக் காட்டுகிறது.

ஆகவே, தீயிலே புரண்டு உயிர் விடுவதைப் பற்றி அந்த உயிர்ச்சிலையாள் வருந்தவில்லை. தீயிலே புரண்டாலும், உயிர்போக அனுமதிக்க மாட்டார்களாமே; உடனே தூக்கி

நிறுத்தி, ரணங்களிலே மிளகாய்த்தூள் தூவுவார்களாமே; எரிச்சல் தாங்காமல் குதிப்பதை, கோமேதகத்தின் குதூகல நடனம் எனக் கூறி மத்தள தாளம் தட்டி, மன்னனும் மற்றவரும் கெக்கலிப்புக் கொட்டுவார்களாமே; அய்யோ- இவைகளை அவளால் நினைக்கவே முடியவில்லை! தீயிலே தள்ளியதும் உடுத்தியிருக்கும் ஆடையிலே பாதிக்கு மேல், ஏன் முழுவதுமே கூட எரிந்து விடலாம்- அரை உயிராகத் தன்னை வெளியே எடுத்து ஆடச் சொல்லி, எரிச்சல் தூள் தூவும் போது ஒருவேளை நிர்வாணக் கோலத்திலேகூட நிற்க நேரிடலாம்- அய்யோ; அந்த நிர்வாணப் பிணத்தை நடு வீதியிலே ஒரு மேடையிலே தொங்கவிட்டு வேடிக்கை காட்டு வார்களாம்; வீதியிலே போவோர் வருவோர்க்கு, அப்பப்பா! எப்படித் தாக்குவேன் இந்த சித்திர வதையை! ஏ! நெருப்பு ஜுவாலையே! என்னை உன் வாயில் தள்ளியதும் உடனே விழுங்கி ஜீரணித்து விடு !- என்னுடைய ஒரு எலும்புகூட விடாமல் பொடியாக்கிப் புசித்துவிடு !- என்றெல்லாம் மனதுக் குள் புலம்பிக்கொண்டிருந்தாள், கோமேதகம் !

"துறவியைக் கெடுத்தேனாம் துறவியை ! அப்படியே இருக்கட்டுமே; அது ஒரு குற்றம்; அதற்கு இவ்வளவு பெரிய தண்டனை என்று யார் வகுத்தது சட்டம்?"- அவள் இதயத்திலே கேள்வி அம்புகள் பாய்ந்து கொண்டிருந்தன !

கேள்வி அம்புகளைவிடக் கடுமையாக, இறந்த கால இன்ப நினைவுகள் என்னும் விஷம் தடவப்பட்ட வேல்கள் மளமளவென்று பாய்ந்து கொண்டிருந்தன அவளது மென்மையான இருதயச் சுவர்களிலே ! இன்ப நினைவுகள் தான்- ஆமாம்; அந்த இளந்துறவியின் பிரவேசத்திற்குப் பிறகு அவள் வாழ்விலே ஏற்பட்ட இன்பத் திருப்பத்தைப் பற்றிய இன்ப நினைவு கள்தான் !

அந்த முதல் நாள் சந்திப்பு-ஆம்; அந்த இளந் துறவிக்கும் அவளுக்கும் ஏற்பட்ட சந்திப்பு-இப்படி யெல்லாம் 'விசுவ ரூபம்' எடுக்கும் என்று அவளுக்குத் தெரியாது. எத்தனையோ அதிதிகள் அவள் வீட்டுக்கு வருவார்கள்; உபசரித்திருக்கிறாள் ஒருநாள், இரண்டு நாள் தங்குவார்கள். உலக பந்தங்களிலேயிருந்து அறுபடும் விதம் பற்றி உபதேசங்கள் புரிவார்கள் உற்சாகத்தோடு கேட்பாள் - மரியாதையோடு அவர்களை வழி அனுப்புவாள். "எளிய வாழ்க்கையிலே எத்துணை இன்பம் இருக்கிறது' என்று தனக்குத்தானே எண்ணிப் பூரிப்படைவாள். மணிமேகலை போல ஒரு அட்சய பாத்திரத்தோடு, தானும் வெளியே கிளம்பிவிட்டால் என்ன ? என்று யோசிப்பாள். மாதவியின் குல விளக்கு -மணிமேகலையையும் இப்படித்தான் உதயகுமாரன் என்னும் அரச குமாரன் வட்டமிட்டான். அதற்குப் பயந்து அவள் ஓடினாள். ஓடியவள், உலகு போற்றும் மணிமேகலை யானாள். அதுபோல ஏன் தானும் ஒரு மணிமேகலை யாகக்கூடாது என்ற எண்ணம் நாளுக்கு நாள் வளரத் தலைப்பட்டது. நடன கலாராணியின் மகள் மணி மேகலை ஒரு காவியமானாள்-தானும் ஒரு நாட்டிய கலாராணிதானே; நாட்டிலே தானும் ஒரு மங்கையர் திலகமாக மாற முடியாதா என்ன? இந்தக் கேள்வியின் கூர்மை மழுங்கிவிடும் விதத்திலேதான் அந்த இளந்துறவியின் சந்திப்பு ஏற்பட்டது அவளுக்கு !

எல்லா அகதிகளையும் வரவேற்பது போலவே கோமேதகம் அவனையும் வரவேற்றாள் உபசரித்தாள். ஆனால் எல்லாத் துறைகளையும்விட இவனிடத்திலே அவளுக்கு மதிப்பு அதிகமாயிற்று. காரணம்; அவள் கண்ட மற்றத் துறவிகள் எல்லாம் ஏறத்தாழ நாற்பது ஐம்பது ஆண்டுகளைக் கடந்தவர்கள். இவனோ பருவ இளைஞன்-நிலாவைக் கண்டு நெஞ்சு நெகிழ்கிற பருவம்-தென்றலின் மென்மையான மோதுதலைக் கூட தாங்கமாட்டாமல் மயங்கிவிழும் வயது-ஜோடிப் புறா கண்டு கோடிகோடி எண்ணங்களைக் கொட்டுகின்ற கட்டிளமை!

அஜந்தா ஓவியங்களை ஏட்டிலே பார்த்து அயர்ந்திடும் கட்டம் - தழுவிடும் வடிவுள்ள சிலைகள், தணலிடு மெழுகென அவனை உருக வைக்கும் கலைகள்!

"புதுமலர் சுவைக்கும் பொன் வண்டே!" என யாராவது பாடக் கேட்டாலே, போதை தலைக்கேறும் பருவம்! அத்தகைய எழுச்சிமிக்க இளமையைத் தத்தம் செய்துவிட்டு, துறவியாக மாறிவிட்டானே என்ற எண்ணம் கோமேதகத்திற்கு அவன்பால் அதிக மரியாதையை அளித்தது. கனி வகைகள் தந்து களைப்பாற வேண்டினாள். உண்டான், சிறிது உறங்கினான். அன்றைய பொழுது கழிந்தது.

மறுநாள் காலையிலே, கோமோதகம் துறவியி டம் பேச்சுக் கொடுத்தாள்.

"துறவு நிலை என்றால் என்ன ?" ஒன்பது பற்றி அரியதோர் சொற்பொழிவு நிகழ்த்தினான் துறவி, அத்தனையும் கற்கண்டு என துள்ளிக் குதித்தாள் கோமேதகம் - அரும்பு வயது ! -கரும்பு மொழிகள் ! -ஆகாகா! இவரன்றோ உலகுணர்ந்த ஞானி! எனப் பெருமை கொண்டாள்.

மறுநாள், "உலகம் நிலையாமை எப்படி?" என்று உபதேசம் புரிந்தான் துறவி.

இன்று காண்பது நாளை இல்லை ! நீள் வைய வாழ்வு, நீர்மேல் குமிழி! நிற்பதற்கு ஒரு அடி நீள பூமி-கடைசியில் பிணமாகப்படுப்பதற்கு ஆறு அடி நீள பூமி இதுதான் மனிதனுக்கு சொந்தம்! இல்லை. அதுகூட இல்லை; அவன் நிறை இடத்திலே இன்னொருவன் நிற்கிறான் - பிறகு வேறொருவன் நிற்கிறான். அதுபோல அவன் இறுதிப் படுக்கைவிரித்த இடத்திலேகூட, அவன் மண்ணோடு மக்கிய பிறகு, வேறொருவன் பாய்போட்டுக் கொள்ளுகிறான். இதற்

குள்ளே சொந்தம்- பந்தம் சுருட்டல் உருட்டல்- மிரட்டல்- அப்பப்பா-முட்டாள் மனிதன்-முட்டாள் மனிதன் !"

துறவியின் முடிவுரை கேட்டு கோமேதகம் அசைவற்றுப் போனாள். அவ்வளவு உருக்கமான உபதேசமாக இருந்தது அது !

"உபதேசங்கூட ஒரு கலைதான்! எல்லோரும் உபதேசம் செய்துவிட முடியாது! தாங்கள் கூறிய இதே தத்துவத்தை வரட்டுத்தனமாக எத்தனையோ பேர் கூறுகிறார்கள்; அது மனதைக் கவரவில்லை ! தாங்களோ உள்ளமுருக்கும் விதத்திலே உபதேசிக்கிறீர்கள்" என்று புகழ்மாலை சூட்டினாள் கோமேதகம்.

'"கலை என்றால் என்ன? என்பது பற்றி மறுநாள் சொற்பொழிவு நிகழ்த்தினார் துறவி அன்றைய தினம் வெறும் சொற்பொழிவோடு முடியவில்லை.

பல நாட்களாக நின்று போயிருந்த கோமேதகத்தின் நாட்டியமும் நடைபெற்றது. அதற்குக் காரணம் துறவியின் 'கலை' பற்றிய பிரசங்கம் தான் !

"கலை கடவுள் அளித்த வரப்பிரசாதம். அந்த சக்தி உலகத்திலே ஜனனமாகும் அனைவருக்கும் ஏற்படுவதில்லை! கோமேதகங்கள் எல்லா வீட்டிலும் பிறந்துவிட முடியாது! சிலர்தான் கோமேதகங்களாக இருக்க முடியும். அந்த சிலரிடம், சிருஷ்டி காலத்திலே அமையும் கலைத் திறமையை யாருக்கும் பயனின்றி அழித்துவிடுவது தகாது! ஆகவே நீ உன் கலைத்டறமையை பாழாக்காதே! ஆடு; நான் காண்கிறேன்! என் ஆத்ம திருப்தி - உனக்குக் கலைத் திறமை அளித்த ஆண்டவனுக்குத் திருப்தி ஏற்படுத்தும் "

கோமேதகம் ஆடினாள். முதல் நாள் மௌனமாக இருந்து துறவி ரசித்தான்.

மறுநாள் அவள் ஆடும்போது பாடினான். உபதேசங்களும் நடந்து கொண்டேயிருந்தன.

'உலகம் நிலையாமை' என்ற பொருளை ஓட்டி, அந்த 'நிலையில்லா உலகத்திலே வாழ்வது எப்படி?" என்று துறவி ஒருநாள் பிரசங்கம் செய்தான்.

"உலகம் அழிவது உண்மைதான்! நாளை நாம் இருக்கமாட்டோம் என்பது உண்மைதான்!" அதற்காக இன்றைக்கு அனுபவிக்க வேண்டியதை இழந்து தவிக்க வேண்டுமா ? ”

இப்படி ஒரு கேள்வி கேட்டான் துறவி. கோமேதகம், துறவியைத் திருப்பிக் கேட்டாள் ; "அப்படியானால் நீங்கள் எதற்காக துறவியானீர் கள்? " என்று!

“நான் எனக்காகப் பேசவில்லை! உலகத்திற்காக வாதாடுகிறேன் "! என்று பதில் கூறினான் துறவி. உபதேசங்கள், கேள்விகள், பதில்கள், ஆடல்கள், பாடல்கள்- கோமேதகத்திற்கும், துறவிக்கு ஒரு நல்ல உறவை ஏற்படுத்திவிட்டன. நாட்களும் நகர்ந்து கொண்டேயிருந்தன துறவியிடத்திலே கோமேதகத் திற்கு அன்பும் மரியாதையும், பணிவும் மென்மேலும் அதிகமாகிக் கொண்டிருந்தன. அதைப் பயன்படுத்தி தான் வந்த காரியத்தை சாதித்துக்கொள்ள முடிவு செய்தான் அவன். அதற்கான முன்னேற்பாடுகள் எல்லாம் நடைபெறத் தொடங்கின.

உபதேசம் முடியும் - கலைவிருந்தளிப்பாள் கோமேதகம்! இப்பொதெல்லாம் துறவி அதை ரசிப்பதே ஒரு கலைதான்!

அவளது ஒவ்வொரு அசைவையும், போதை யேறிய கண்களோடு உற்று நோக்கினான். அவள், தன் உள்ளத்தைக் கொஞ்சம் கொஞ்சமாகப் புரிந்துகொள்ள வேண்டுமென்பதற்காக அதிகமாகவே உணர்ச்சிகளைக் கொட்டிக் காட்டினான்.

கோமேதகம் பல நாள் அவனைப் புரிந்துகொள்ளவில்லை. அவனிடத்திலே அவளுக்கு களங்கமற்ற பாசம் மட்டும் வளர்ந்துகொண்டே யிருந்தது! அதையும் தெரிந்துகொண்டே யிருத்தது! அதையும் தெரிந்து கொண்டான் துறவி.

அவள் தன்னிடம் வைத்திருக்கிற பக்தியையும், பாசத்தையும் முதலாக வைத்துத்தான் தன் வேலையை ஆரம்பிக்க வேண்டுமென்று உறுதி கொண்டான்.

பக்தி, பாசங் கொண்டவர்கள், தங்கள் மதிப்புக்குரியவர்களால் தங்களுக்கு தவறு இழைக்கப் படும்போது, வெறிபிடித்த விரோதிகளாகவும் மாறி விடுவார்கள்! அல்லது, மதிப்பிற்குரியவராயிற்றே; மறுத்தால் மனமுடைவாரே-என்று இணங்கியும் விடுவார்கள்-உலக இயல்பு இது!

உலக இயல்பின் இரண்டாவது முறைக்கு இலக்கானாள் கோமேதகம்.

ஒருநாள் இரவு-உபதேசம், ஆடல், பாடல் எல்லாம் முடிந்தன. நீண்ட நேரம் ஆடிய காரணத்தால் கோமேதகம் 'கால்கள் வலிக்கின்றன' என்று கூறினாள். அதை அருமையான சந்தர்ப்பம் எனக் கொண் டான் துறவி.

"கால்களை நான் பிடித்து விடுகிறேன்', என்று ஓடிவந்தான்.

கோமேதகம் மறுத்தாள். "ஐயோ, பெரிய பாவம் " என்றாள்.

'ஆண்டவனுக்கு திருப்தியான காரியம்-ஆத்மாக்களில் ஆண் பெண் வித்தியாசம் ஏது ? களி மண் ஒன்றுதான்-அதிலே பிள்ளையாரும் பிடிக்கலாம்; குரங்கும் பிடிக்கலாம் ! பிடிக்கலாம்! களிமண்ணிலே வித்தியாகம் ஏது ? " என்று கூறிக்கொண்டே துறவி அவள் கால்களை அமுக்கிவிட ஆரம்பித்தான். கொஞ்ச நேரம் கோமேதகம் பயபக்தியோடு இருந்தாள் - துறவி ஜெயித்துவிட்டான்.

என் செய்வது? மதிப்பிற்குரியவன்-பல நாள் பழகிவிட்டான்-மனமுடைந்துவிடக்கூடாதே என்ற தாட்சண்யம்-இந்த இரண்டாவது வகை இயல்புக்கு கோமேதகம் பலியாகி விட்டாள் !

பிறகு உலக உபதேசங்கள் குறைய ஆரம்பித்தன. ஊரார் கண்களும் கோமேதகத்தின் குடிசைப் பக்கம் திரும்பின.
அரசனிடத்திலே புகார்கள் குவிந்தன. இத்தகைய அழகி நமக்குக் கிடைக்காமல் யாரோ ஒரு துறவிக்குக் கிடைத்தானே யென்று பொறாமை கொண்ட சிலர் அந்தப் புகார்ப் படைக்குத் தலைமை தாங்கினர். துறவியொருவன் - மிகவும் நல்லவன்- அவனை, கோமேதகம் என்ற தாசி கெடுத்துவிட்டாள் இருவரும் ஆட்ட பாட்டத்தால், கிராமத்தையே நாசமாக்கிகிறார்கள்—என்ற விதத்திலே முறையிட்டுக் கொண்டார்கள்! அரசன் இதைக்கேட்டான். அவளை அடைந்த அதிர்ஷ்டக்காரத் துறவியார் என்று தெரிந்துக்கொள்ள ஆவல் கொண்டான். தானே நேரில் சென்று, துறவியையும், அவளையும் கையும் களவுமாகப் பிடித்து, "இப்போது என்ன சொல்லுகிறாய் விலைமாதே! எனக்கு இணங்குகிறாயா ? ” என்று கேட்கவேண்டு மென்று துடித்தான். முறையிட்டவர்களை அனுப்பிவிட்டு, அன்றிரவே குதிரையேறிப் புறப்பட்டான், கோமேதகம் இருக்கும் கிராமத்திற்கு !

குடிசையிலே, கோமேதகமும் துறவியும்! துறவியின் காலை கோமேதகம் அமுக்கிக் கொண்டிருந்தாள். அவளது கலைந்து கிடக்கும் கருங் கூந்தலைக் கோதி விட்டபடி சாய்ந்திருந்தான் துறவி. இருவரின் கண்களும் ஆனந்தச் சதிராடின.

'கோமேதகம்' என்று இனிமை தவழ அழைத் தான் துறவி.

"ஏன்?" என்று காதல் பொங்கிடக் கேட்டாள் அவள்.

"கலாதேவி நீ ! கண் காட்டினால் விண் முட்டும் வரையில் பொன் குவிக்க பிரபுக்கள் காத்திருக்கிறார்கள் ! அதையெல்லாம் விட்டு, என்னை ஆட்கொண்டாயே; அது எப்படி தேவி ?

"துறவி தாங்கள் ! ஆண்டவனின் பாதார விந்தங்களில் சேரவேண்டுமெனத் தவங்கிடந்தவர். அப்படிப் பட்டவர், ஆண்டவனின் பாதார விந்தங் களை விட்டு, என் பாதார விந்தங்களை அன்றொரு நாள் பிடித்தது ஏன் ஸ்வாமி ?"

"இது தெரியவில்லையா? ஆண்டவனின் பாதார விந்தங்களை, ஆயிரக்கணக்கான பக்தர்கள் பிடித்துப் பிடித்து காய்த்துப்போய்க் கிடக்கிறது ! என் கலா தேவியின் மலர் போன்ற மென்மையான பாதார விந்தங்களைத் தொடும் முதல் பக்தன் நான்தான்!"

"முதல் மட்டுமல்ல ; கடைசி பக்தரும் நீங்கள் தான் ஸ்வாமி!"

"கோமா...!"

"ஸ்வாமி... !"

"உன் உறுதியை நான் குலைத்துவிட்டேன் இல்லையா? '

"இல்லை-உங்கள் உறுதியைத்தான் என் அழகு குலைத்துவிட்டது!"

"உலக பந்தங்களைக் கடக்க பாதை கேட்டாய் என்னிடம்- நானோ... உலக பந்தங்களிலேஉன்னை ஆழ்த்திவிட்டேன்."

"இல்லை ஸ்வாமி! இந்தப் பந்தம் எப்போதும் நமக்கு சொந்தமாயிருந்தால் போது ! ”

இந்த இன்ப உரையாடல்களை குடிசைக்குப் பின் புறமிருந்து கேட்டுக்கொண்டிருந்த மன்னன், சிறிய பலகணி வழியாக உள்ளே பார்த்தான். கோமேதகமும், அந்தத் துறவியும் 'உலக பந்தம்' எதுவென ஆராய்ந்து கொண்டிருந்தார்கள். அரசன் தனக்குத் தானே கேட்டுக் கொண்டான்-"யார் அந்தத்துறவி? யார் அந்தத் துறவி ?" அரசனால் அங்கு நிற்க முடியவில்லை. குதிரையேறிப் பறந்தான்-மயக்கம் வந்து கீழே விழுந்து விடுவான் போலிருந்தது-எப்படியோ அரண்மனை சேர்ந்தான்.

மறுநாள் விசாரணை -கோமேதகம் இழுத்து வரப்பட்டாள். ஒரு துறவியைக் கெடுத்துவிட்டாள் என்ற குற்றம் சாட்டப்பட்டாள். உடனே தீர்ப்பு வழங்கப்பட்டது. நெருப்புக் குண்டம் காத்திருந்தது அவளுக்காக!

கடைசியாக ஏதாவது சொல்ல வேண்டியிருக் கிறதா? ' என்று கேட்டான் ஒரு முரட்டு அதிகாரி.

"இல்லை!" என்று தலையசைத்தாள்.

இரண்டு வீரர்கள் அவளை ஒரு இரும்புக் கம்பியிலே கட்டினார்கள். கம்பியோடு தூக்கி, அவளைத் தணலில் எறிந்தார்கள். வெந்து கொண்டிருக்கும் போதே அவளை வெளியே எடுத்தார்கள் தீர்ப்பில் குறிப்பிட்டபடி மிளகாய்த் தூள் தூவப்பட்டது— கோமேதம் துடித்தாள்-மத்தள, தாளங்கள் முழங்கின வாய் திறக்காமல் தரையிலே உருண்டபடி புழுப் போலத் துடித்தாள்-சிறிது நேரம் மரணாவஸ்தை- மன்னன் எதிர்பார்த்தபடி நிர்வாண நடனம் நடைபெறவில்லை - விரைவிலேயே பிணமானாள். ஆழி நாட்டின் அரங்குகள் அனைத்திலும் அழகு தெளித்த அந்த அற்புத சுந்தரியின் ஆவி, துடிப்போடு நீங்கியது! உடல் அசைவால் உள்ளத்தை உருக்கிய அந்த ஒய்யாரியின் மேனி பயங்கரமாகக் காட்சி தந்தது! தீர்ப்பின் மூன்றாவது திட்டப்படி, அவளது சவம், பொதுமேடைக்கு காட்சிக்காக எடுத்துச் செல்லப் பட்டது !

கோமேதகத்தின் சவ ஊர்வலத்தைக் காண நாட்டு மக்கள் அனைவரும் கூடினர். ஊர்வலம் நகர்ந்தது. தலைநகரின் மத்தியிலுள்ள மேடையிலே அவளது சவம் நாலு நாட்கள் தொங்க வேண்டுமல்லவா? அந்த மேடையை நோக்கி ஊர்வலம் புறப்பட்டது. மேடையை ஊர்வலம் அணுகியது. மக்கள் அந்த மேடையை உற்று நோக்கியது. அங்கே, கோமேதகத்திற்கு முன்பாக ஏதோ ஒரு உருவம் தொங்கிக்கொண்டிருந்தது.

"யாரோ ஒரு துறவி தூக்கு மாட்டிக்கொண்டிருக்கிறான் இந்த மேடையிலே" என்றனர் மக்கள். அதிகாரிகள் ஓடிப்போய்ப் பார்த்தனர். இவன் துறவியல்ல" என்றனர்- துறவிக் கோலத்திலே இளவரசன் பிணமாகத் தொங்கிக் கொண்டிருந்தான்.

"வெளிநாட்டுப் பயணம் புறப்பட்ட இளவரசர் எப்போது துறவியானார்? ஐயகோ ! இது என்ன புதுமை? " என்று மக்கள் அலறினர்.

துறவியின் மடியிலே ஒரு ஓலையிருந்தது. அதைக் கொண்டுபோய் மன்னனிடம் கொடுத்தனர்.

*"அப்பா! அனார்கலி கொல்லப்பட்ட பிறகும் உயிர் வாழ்ந்த அக்பர் மகன் சலீமல்ல நான்- வாழட்டும்-உங்கள் அக்கிரம அந்தஸ்தும், அதிகாரமும்! "*

வணக்கம்,

இன்பசாகரன்.

மன்னன் மரமாக நின்றான். இளவரசனிடமிருந்து கோமேதகத்தை பிரிக்க எண்ணினான்-இருவருமே பிரிந்தனர்-ஏங்கினான் !

கோமேதகத்திற்கு தரப்பட்ட தண்டனையின் கொடுமைக்கு மக்கள் இப்போது காரணம் புரிந்து கொண்டனர்.

# விஷம் இனிது

*"ஜெகவீரா, சத்தியவதியின் போக்கு எனக்கு பிடிக்கவில்லை மகனே!"*

*"அம்மா!"*

*'ஆம் செல்வனே, சத்தியவதி பருவப் பெண், பட்டத்து ராணி, அவள் இஷ்டப்படி வேற்றாடவர்களோடு பேசுவது தகாது, தீக்குளித்த திலகங்களை பெற்றெடுத்த ராஜபுத்ர வம்சத்துக்கே அது அவமானம்!"*

*'அம்மா, என்ன சொல்கிறீர்கள் ?'*

*"சத்தியவதி என்ன செய்தாள் ? யாரோடு சரசம் செய்தாள் ? சொல்லுங்கள்!"*

*'ஆத்திரப்படாதே! நேத்திரத்தைப் போல நீ அவளை நேசிக்கிறாய் என்பது எனக்குத் தெரியும். ஆனாலும்...!"*

*"என்னம்மா ஆனாலும்...?"*

*"உன் தம்பியும் அவளும் அடிக்கடி தனித்து உரையாடுவது எனக்குப் பிடிக்கவில்லை ஜெகவீரா ! நீ கொஞ்சம் கண்டித்தால் அவள் கட்டுப்பட்டுவிடுவாள் என்றுதான் சொல்கிறேன்."*

“தம்பி அர்தோலைப் பற்றி அப்படியெல்லாம் தப்பாகச் சொல்லாதீர்கள் அம்மா ! அவன் ஒரு சொக்கத் தங்கம்-சுடர்மணி விளக்கு !”

"ஜெகவீரா! நீயோ டெல்லிக்குப் போகிறாய்-வர நாள் பிடிக்கும்-இப்போதே எச்சரித்துவிட்டேன்- நான் சத்யவதியை தவறு கூறுகிறேன் என்று கருதாதே-தவறான பாதைக்கு அவள் சென்றுவிடக் கூடாது என்பதுதான் என் எண்ணம்."

"சரியம்மா-கவனித்துக்கொள்ளுங்கள் எல்லாவற்றையும் நல்லவிதமாக! நான் புறப்படுகிறேன்."

ஜெகவீரசிம்மன், ஒரு காலத்தில் ஒரிசா மக்களின் இதய விளக்கு - பதினேழாம் நூற்றாண்டில் அந்த மண்டலத்து மாந்தர்களின் மட்டற்றசெல்வாக்கைப் பெற்ற யுவராஜன்.சக்கரவர்த்தி ஷாஜகானுக்கு முடிசூட்டுவிழா டில்லியில்! அன்பழைப்பு வந்திருக்கிறது ஜெகவீரனுக்கு, வீரர் ஆயிரவருடன் அவன் டெல்லிப் பயணம் புறப்படும்போதுதான் அவனது தாய் அமிர்தராணி அங்குவந்து மருமகள், சத்யவதியைப் பற்றிய புகார்களைக் கூறினாள் - விடைபெற்றுச் செல்ல வந்த வேந்தன் தாக்குண்டான், சொல் வேலால்! புள்ளிமான்களுக்குப் பரிந்து அவன் பிணமாக்கியுள்ள புலிகளுக்குக் கணக்கில்லை. களத்தில் குதித்துவிட்டால், கண்மூடித் திறப்பதற்குள் கணக் கற்றோர் பிணமாவர் அவன் கத்தி வீச்சால் ! அத்தகைய மாவீரனை அன்னையின் சொல்லம்புகள் சுருள வைத்து விட்டன. தன் இன்ப வாழ்வில் ஏதோ ஒரு இழுக்கு படர ஆரம்பித்துவிட்டது என்பதால்தான் அம்மா அந்த எச்சரிக்கை கணையைத் தொடுத்திருக் கிறாள் என்று எண்ணினான்-அதனால் ஏங்கினான்- டெல்லிக்குப் பயணமானான் - வாடிய முகத்தோடு!

அவன் இருதயத்தை அரித்திடும் பிரச்சனையாகி விட்ட சத்யவதி அவனது ஆசை ராணி. ஒரிசாவின் புதிய மீராபாய் இவள் தான் என்று சொல்லக்கூடிய அளவுக்கு கடவுளிடத்திலே பக்திகொண்டவள். கணவன் ஜெகவீரனிடத்திலே பிரேமையும், தன் கேசத்தினிடத்திலே அன்பும் கொண்ட அந்த ராணிக்கு ஒரே ஒரு குறை மட்டும் இருந்துவந்தது.

அக்குறையைத் தீர்த்துவிட சமயத்தை எதிர்நோக்கியிருந்தாள் சத்யவதி. ஜெகவீரனின் தந்தையும், அவளது மாமனாருமான வீரசிம்மவேந்தர் புலியொன் றினால் தாக்கப்பட்டு உயிர்விடும் தருணம், மகன் ஜெகவீரனிடத்திலும் சத்யவதியிடத்திலும் தன்து இளைய மகன் அர்தோலை ஒப்புவித்து பாதுகாக்கும்படி சொன்னதோடு, தன் நினைவாக "இராமபிரான் கோயில்" ஒன்று கட்டவேண்டும் என்றும் கேட்டுக்கொண்டார் அப்போது தந்தையின் உத்திரவை நிறைவேற்றுவதாக ஜெகவீரன் வாக்களித்தான். தந்தையின் நினைவாகக் கட்டும் ஆலயம் மிகச் சிறப்புடைய தாயிருக்கவேண்டும் ; அதற்கு ஏராளமான பொன் வேண்டும்-பொக்கிஷ நிலை சரியில்லாத இந்த சமயத்தில் எப்படி அந்த ஆலயத்தை நிர்மாணிப்பது என்று தயங்கினான். சத்தியவதியோ மாமனாருக்கு அளித்த வாக்கை எப்படியும் நிறைவேற்ற வேண்டுமென்று துடித்துக் கிடந்தாள். மாமன் ஆசைப்படி அவரது இளைய செல்வன் அர்தோலை நன்கு பாதுகாத்தாள். அதன் காரணமாக அர்தோல், அவளைத் தன் சொந்த அன்னை போலவே பாவித்தான். ஆண்டவனுக்கு ஆலயம் விரைவில் கட்டியாகவேண்டும் என்ற ஆசையை சத்தியவதி, அடிக்கடி அர்தோலிடம் தெரிவித்து வந்தாள்.

"அர்தோல்! அரசர் டில்லியிலிருந்து திரும்ப நாளாகுமல்லவா?"

"ஆம் அம்மா!நான்கு மாதங்களாவது பிடிக்கும்." "அதற்குள் ராமன் ஆலயத்தை நாம் எப்படியும் கட்டி முடித்துவிட்டால், அவர் திரும்பி வந்ததும் எவ்வளவு மகிழ்ச்சி அடைவார் - தெரியுமா?"

"தாயே! அது உண்மைதான்-தேவாலயத்தை நாளைக்கே எழுப்பிவிடலாம்-அதற்கான பொருள் கருவூலத்தில் இல்லையே!"

எங்கேயோ வைரச் சுரங்கம் இருப்பதாகச் சொன்னாயே; அது என்ன ஆயிற்று அர்தோல்!

ஆமாம்-இருக்கிறது- நாட்டு மக்களின் வரிப் பளுவைத் தடுக்க அந்த வைரங்களைப் பயன்படுத்தலாமென எண்ணினேன்"

"முதலில் என் மனப் பளு தீரவேண்டும்; அர் தோல்! ராமனின் ஆலயம் அமைந்துவிட்டால் நாட்டிலே எக்கேடும் கிளம்பாது. இருக்கும் தீமைகளும் அழிந்துபடும்-ஆகையால் முதலில் கோயில் திருப்பணியைக் கவனி !"

"வைரச் சுரங்கத்திலிருந்து மிக ரகசியமாக ரங்களைச் சேமிக்க வேண்டும் - சுரங்கம் நம் நாட்டில் இருப்பது தெரிந்தால்- உடனே சுரண்டும் டெல்லி, சூறாவளி வேகத்தில் புறப்பட்டு வரும் - வைரம் எங்கே என்று வாயைப் பிளந்தபடி !

"சரி அர்தோல் ; டெல்லியில்தான் விழாவும் வேடிக்கையுமாக இருக்கிறதே; இந்த நல்ல நேரத்தில் நாம் வைரங்களை ரகசியமாக சேமித்து, வைகுந்த நாதனின் கோயிலை கட்டி முடித்துவிடுவோம்"

"கட்டளை தாயே"

சத்தியவதியின் எண்ணத்தை நிறைவேற்ற அர்தோல் புறப்பட்டுவிட்டான்.

முடிசூட்டு விழாவுக்கு முன்கூட்டியே அழைக் கப்பட்டிருந்தும் ஜெகவீரனுக்கு அங்கு மனம் இருப் புக்கொள்ளவில்லை. சத்யவதிசாகசக்காரியா? அல்லது பெற்றெடுத்த மாதா பொய்க்குற்றம் சுமத்துகிறாளா? அல்லது தம்பி அர்தோல்தான் துரோகம் புரிகிறானா? என்ற மனப்போராட்டம் அவன் உள்ளத்தில் குமுறி எழுந்தது. அந்தப்போரின் உச்சக் கட்டமாக அவனுக்கு ஒரிசாவிலிருந்து ஒரு ஓலையும் வந்து சேர்ந்தது. பிரித்தும் படித்தான் - மீண்டும் கண்ணை விரித்துப் படித்தான். ஆம்-அவனது அன்னை எழுதிய கடிதம் தான் அது.

அன்புச் செல்வா ! அணைபோடச் சொன்னேன், வெள்ளம் வருவதற்கு முன்பே! கணைதொடுக்கிறேன். என்றாய் அப்போது. இப்போது விளைவு விபரீதமாகி விட்டது. ஒவ்வொரு அர்த்த ராத்திரியிலும் அர்தோலை சந்திக்க சத்தியவதி புறப்பட்டுவிடுகிறாள். இதை என்னால் மெய்ப்பிக்க முடியும். கேட்டால் சொல்லுகிறாள்; கோயில் கட்ட திட்டம் போடுகிறோம் என்று! களங்கம் நமது வம்சத்தை அழித்து விடுவதற்கு முன்பு நீ புறப்பட்டு வா.

உன் அன்னை அமிர்தராணி

ஓலையைக்கண்ட ஜெகவீரன் தலைசுழன்றது. டில்லி பாதுஷாவின் பட்டாபிஷேக மண்டபத்திலே அமுத வீணையின் இன்பநாதம்! வீரசிம்மனின் மனக் குகையில் அறுந்த நரம்புகளின் முறுக்குப் பிரியும் ஜீவனற்ற 'கீச்' ஒலி! அங்கே முரசின் முழக்கம், இங்கே ஒரிசா அரசின் கலக்கம்- உடனே புறப்பட்டு விட்டான் தன்னகம் நோக்கி!

இரவுநேரம், வைரம் நிறைந்த பேழை. அந்தப் பேழைதான் ராமருக்குக் கோயிலாக உருவெடுக்கப் போகிறது. கோயில் கட்டுவதற்கு முன்பே கோயிலில் வைக்க விக்கிரகம்தயாராகிவிட்டது. அதன் முன்னே அமர்ந்து ராமகீர்த்தனை பாடிக்கொண்டிருக்கிறாள், சத்தியவதி. தன்மாமனாரின் அன்புக் கட்டளை நிறைவேறப் போகிறது, மணாளன் திரும்பிவரப் போகிறான். வந்ததும் ஆலயத்தைக்கண்டு அதிசயத்தால் மகிழப் போகிறான்-நாடு சுகமடைய இந்த ராமபிரான் கோயில் கொள்ளப் போகிறார்- இப்படி யெல்லாம் எண்ண அலைகள் எழும்பிட சத்தியவதி பூஜையில் ஈடுபட்டிருந்தாள். பூஜை முடிந்தது. வைரங்களை எடுத்து மறைவாக வைப்பதற்காக, சத்யவதி அர்தோலை அழைத்தாள்.

*"அர்தோல்! அர்தோல் ! "*

"இதோ வந்து விட்டேனடி கள்ளி!" என்று கூடியபடி அங்கே நுழைந்தான், ஜெகவீரன், சத்தியவதி திடுக்கிட்டுத் திரும்பினாள்.

*"பிரபு !"*

"எட்டி நில்! கண்ணுக்கு அழகு தரும் காஞ்சரங் கனியே. இந்த மண்ணுக்கே அவமானம் விளைத்த மாபாதகி! எட்டி நில் !"

*"என்ன சொல்லுகிறார்கள் ?"*

*"எங்கே உன் ஆசை நாயகன் அர்தோல் ?*

*"ஆ! அப்படிச் சொல்லாதீர்கள் பிரபு ! அர்தோல் எனக்கு மகன்போல!-அவன் என் ஆசைச் செல்வன்."*

"மகனோடுதான் நடு ராத்திரியிலே- தனியிடத்திலே அடிக்கடி சந்தித்துப் பேசுகிறாயாக்கும்"

'ஆமாம்-அதில் என்ன தவறு ! ஆண்டவனுக்கு ஆலயம் அமைக்க அர்தோலுடன் பேசினேன் திட்டங்கள் தீட்டினோம் - திருப்பணி ஆரம்பமாகி விட்டது ! "

"தீயே! போதும் நிறுத்து"

"இதோ - இந்த வைரங்களைப் பாருங்கள்.பிரபு- ராமர் ஆலயம் கட்டுவதற்குக் சேர்த்தவை-இப் போதாவது நம்புங்கள்.

"ஆலயம் கட்ட அல்லடி வைரம்! அர்தோல், உன் ஆலிங்கனத்துக்குத் தந்த பரிசு இது! தெரியும் எனக்கு ! "

"அய்யோ! அய்யோ!"

"ஏனடி காதை மூடிக்கொள்ளுகிறாய்-கண்ணை மூடிக்கொண்டு காமக்கடலில் விழுந்துவிட்டு, ஊரை ஏமாற்ற ராமக்கடவுளை பூசிப்பவளே! பாசாங்கு செய்யாதே"

"பிரபு-என்கற்பை இகழாதீர்கள். என் இருதயத்தின் சாபத்துக்கு இரையாகாதீர்கள்."

"என்னடி நீலி ! -அர்தோல்மீது உனக்கு கள்ளக் காதல் இல்லையானால்- இதோ இந்த விஷத்தை உன் கையாலேயே அவனுக்குக் கொடு பார்ப்போம்."

"அவனுக்கா - வேண்டாம்-நானே சாப்பிட்டு சாகிறேன் !"

"முடியாது! அர்தோல் உன் கையால் விஷம் அருந்தவேண்டும்"

"அப்படியே ஆகட்டும் ! "

சத்தியவதி விஷத்தை வாங்கிக்கொண்டு ஓடுகிறாள்.

தேவாலயத் திட்டங்களைப் போட்டவாறு இருந்த அர்தோல், அயர்ந்து தூங்கிவிட்டான். அப்போதுதான் கையில் விஷக்கோப்பையுடன் அங்கே சத்தியவதி நுழைந்தாள்.

"அர்தோல்! "

"என்னம்மா ! "

'இந்தா-இந்தப் பாலைக்குடி !'

"பாலா? இந்நேரத்திலா?"

"ஆமாம்-என்னைப் பத்தினியென நிரூபிக்க நீ இந்தப் பாஷாணம் கலந்த பாலை சாப்பிடவேண்டுமாம்."

"என்ன? - தாங்கள்-? "

"உன் ஆசை நாயகியென குற்றம் சாட்டிவிட்டார் அரசர் - இல்லை யென்பதை நிரூபிக்க, என் கையாலேயே நீ விஷம் சாப்பிடவேண்டுமாம்."

'ஆ! அம்மா-யார் கட்டிவிட்ட பழி இது !- அரசரா நம்பினார் இதை ! என் அண்ணா, இந்த வீண் புகார்களை நம்பி, தம்பியைத் தகாப் போக்கு டையோன் எனக் கூறவும் துணிந்து

விட்டாரா! அண்ணா! அண்ணா என் மனம் புண்ணாகும்படி ஏன் அண்ணா அப்படிப் பேசினீர்கள். அய்யோ! அம்மா -என்னால் தாங்கமுடியவில்லையே !'

"பேசநேரமில்லை-அர்தோல் ! என் அன்பு மகனே, நீ விஷத்தை சாப்பிட்டால்தான் ராஜபுத்திர வம்சத்தின் மானமே காப்பாற்றப்படும். "

"சாப்பிடுகிறேன்-ஏ! விஷமே-நீ தான் என் அன்னையை அவதூரிலிருந்து காப்பாற்றுகிறாய். ராமருக்குக் கோயில் கட்டிட துவங்கினோம்-ராமர் சிலை யும் அழகாகச் செதுக்கினோம்-அந்த ராமரோ- அவர் பரிவாரமோ வந்து என் அன்னையின் தூய்மையை என் அண்ணாவிடம் சொல்லத் துணிந்திடவில்லை! தாயின்மீது, புரியாதார் சுமத்தும் பழியை விஷமே--நீயாவது துடைக்க வந்தாயே ! உனக்கு நன்றி! விஷம் இனிது! விஷம் மிக இனிது ! ஆண்டவனை விட இனிது! நம்பினோர்க்குக் கை கொடுக்காத ராமபிரானை விட இந்த விஷம் இனிது' என்று கூறிய படி சத்தியவதியின் கையிலிருந்த விஷத்தை வாங்கி குடித்தான் - வீழ்ந்தான் - இறந்தான். சத்தியவதி கண்ணீரால் அவனைக் குளிப்பாட்டினாள். தன் தவறைப் பிறகு தானே உணர்ந்து நொந்தான். ஜெகவீரன் ! அமிர்தராணியும் பிறகு அழுதாள். எல்லோரும் காரியம் முடிந்த பிறகு கண்ணீர் வடித்துப் புலம்பினார்கள். அப்படிப் புலம்பாமலிருக்க, அய்யன் ராமபிரான் ஜெகவீரனிடம் வந்து, சத்தியவதியின் தூய்மையை எடுத்துக் கூறியிருக்கலாம்! எப்படிக் கூறமுடியும் கூறியிருந்தால்-அர்தோல் ஆண்டவனை விட ஆலகாலம் இனிது என்றுகூறியிருக்க மாட்டானே!

## பாலைவன ரோஜா

'நாம் வெறும் மாணவர்கள் மட்டுமல்ல- எதிர் கால உலகத்தின் சிற்பிகள்! " - இப்படி பத்து மாணவர்களைப் பார்க்கும்போதெல்லாம் கந்தையா சப்தம் போட்டுச் சொல்வான் இதை மற்றவர்களுக்கு நினைவுபடுத்த வேண்டியதுதான் அவன் பிறவிப் பயனாகக் கருதியவன் போல் சொல்லிக்கொண்டே இருப்பான்!

எங்கள் கல்லூரி ஒரு பலசரக்கு மண்டி-யார் எதை எதிர்பார்த்து வருகிறார்களோ அது தப்பாமல் கிடைக்கும். காதல் வேண்டுமா ? - தோகை மயிலாளின் ஜாகையை நோக்கி படையெடுக்கும் ஒரு இளைஞர் பட்டாளம்! பாதையை மறிக்காமல் "வாழட்டும்" என்ற பெரும் உபதேசத்தோடு ஒதுங்கிவிடுவார்கள் மற்றவர்கள்! அறிவு வேண்டுமா ?- அதோ இருக்கிறது நூல்நிலையம் புத்தகங்களைக் கட்டி அழுத படியே இருக்கலாம்...... அரட்டை அடிக்க வேண்டுமா?-ஒரு மணி நேரமா அல்லது நாள் முழுவதுமா?'-என்று கேட்டபடி ஒரு கூட்டம் வரும் ! மற்றும் மேட்னி காட்சி ரசிகர்கள்-சீட்டுக் கச்சேரி வித்துவான்கள் இந்த ரகந்தினர் ஏராளம்! ஏராளம் !

அந்த வகுப்பின் கடைசி 'டெஸ்கி'லே வசிஷ்ட மண்டலமென ஒரு சில நட்சத்திரங்கள் ஒளிவிட்டுக் கொண்டிருந்தன. அதிலே வட்டமிடும் நிலாவாகத் திகழ்நதான் கந்தையா.

"வாழ்க்கையிலே ஒரு லட்சியம் வேண்டும்" என்று பெர்னாட்ஷாவைப் போல உபதேசம் செய் வான். இங்கர்சாலை நம் கண்முன்னே கொண்டு வந்து நிறுத்துவான்.
"நாம் அதிர்ஷ்டசாலிகள்? புதிய திராவிடத்தை நாம்தான் மலர்விக்கவேண்டும். நீலவானிலே அடக்குமுறை இருள் கவ்வியிருக்கிறது. அதோ ! தேன் அருந்த நம் எதிர்கால

சந்ததிகளாம் தும்பிகள் துதிபாடி நிற்கின்றன. வெள்ளி நிலவே! திராவிடப் பெருங்குடி மக்களே! நீங்கள் தான் எழ வேண்டும்!... நாளையே திராவிடம் மலர்ந்துவிடும் இப்படி அழகு நடை போடும் கவிதை மணிகளை கந்தையா அள்ளி அள்ளி வீசுவான். அவன் மேடையேறினால் புராணக் கொள்கைகள் பாடையேறுமே என்று அஞ்சும், பண்டிதர் கூட்டம்.

அவன் மட்டுமென்ன, அவனிடம் ஒரு படையே இருந்தது. வகுப்பின் கடைசி பெஞ்சிலே கடைசிப் பையன் கண்ணையன். "பாரதிதாசன் பரம்பரையிலே இவன் மூத்தவன்" -என்று அவனைப்பற்றி கந்தையா விருது அளித்திருந்தான்.

அவன் பக்கத்திலே உட்கார்ந்திருப்பவன் ராமு- அந்தக் கல்லூரியிலே ஈன்ஸ்டினின் தியரியைப்பற்றி நன்றாகத் தெரிந்தவன் அவன். அவனுக்காக ஒரு முதல் வகுப்பு தேர்விலே, உதவிநிதி காத்திருந்தது. இங்கிலாந்து சென்று படித்து ஒரு 'புரொபஸர்' ஆகவேண்டுமென்பது அவன் கனவு!

மற்றவன் ஒரு பாடகன்-தென்னாட்டு இசையை "மாடர்னைஸ்" செய்யவேண்டும் என்று முணகிக் கொண்டே இருப்பான் !

இந்த வருங்கால மேதைகளுக் கெல்லாம் கொள்கை வடிவம் கொடுத்து வளர்த்துவந்தான் கந்தையா-என்னமோ வருங்கால திராவிட நாட்டில் அவர்களுக்கெல்லாம் ஒவ்வொரு இலாகா கொடுப்பதைப் போல! இந்த கந்தையா குழுவினரால் தனது கல்லூரிக்கு மாறாத புகழ் வரப்போகிறது என்று நினைத்தார் கல்லூரித் தலைவர்! ஆசிரியர்கள் அவர்களிடம் அன்பு காட்டாவிட்டாலும் அவர்களுடைய 'எதிர்காலத்'திடம் மரியாதை செலுத்தினர்...

அகில உலகமும் புகழும் அரசியல் மேதை- விஞ்ஞான வித்தகன் - ஓவிய நிபுணன் இசை வல்லுனன் - இப்படி பலவித கோணங்களில் காட்சி தந்தது அவர்கள் எதிர்காலம்.

பாவம்! சூதாட்டம் போலன்றி மாசுமருவன்றித் துவங்கிய அந்த எதிர்காலம் ஏக்ககாலமாக மாறும் என்பதை அவர்கள் மாணவப்பருவம் உணர்த்தவே இல்லை.

சந்தர்ப்பம் ஒரு சதிராடும் சூன்யக்காரி, பொங்கி எழும் வாலிபம் இருக்க- 'உம்' என்ற மாத்திரத்தில் பகைவரைச் சம்காரம் செய்யும் திறனிருக்க- அவர்களை யெல்லாம் விட்டுவிட்டு செல்வச் செழிப்பிலே ஆழ்ந்து அழுகிப்போன பிணத்திற்கு மாலை சூட்டும் மாய்மாலக்காரி அவள். அந்தச் சந்தர்ப்பத்தின் குளிர்ப்பிடியிலே ஏழை கந்தையாக்கள் எப்படி மாட்டமுடியும் ? -

இப்படியே ஆண்டுகள் பல ஓடின. ஓடும் ரயிலில் 'டிக்கெட் 'பிளீஸ்' என்றபடி நகர்ந்துகொண்டிருந்தேன் நான் ! அந்த ஆள் மௌனமாக சிந்தனையை எங்கோ மேயவிட்டுக் கொண்டிருந்தான். “சரிதான்...மாட்டிக்கொண்டான் ஒருவன்” என்று நினைத்தபடி அவனை அதட்டினேன். அவன் திரும்பினான். "என்னைத் தெரிகிறதா சார்! நான் தான் சார் உங்களோடு கல்லூரியில் படித்த கந்தையா ! என்றான்.

என்னால் நம்ப முடியவில்லை. கந்தையா எங்காவது வெளிநாடுகளிலே மேல் படிப்புக்காகச் சென்றி ருப்பான் உலகம் போற்றும் அறிஞனாகத் திகழ்வான் என்று நினைத்துக்கொண்டிருக்கும் நான் சாதாரண கந்தல் அணிந்த கந்தையாவை நினைத்துப் பார்க்கமுடியவில்லை !

"என்னப்பா கந்தையா! உன்னோடு சேர்ந்த கூட்டாளிகளெல்லாம் என்ன செய்து கொண்டிருக் கிறார்கள்?

முதல் வகுப்புவாங்கிய ராமுவுக்கு அமெரிக்கா செல்ல "ஸ்காலர்ஷிப்' கிடைத்து விட்டதா? கவிஞர் கண்ணையன் ஏதோ தமிழ் ஆராய்ச்சி செய்யப் போவதாக சொல்லிக் கொண்டிருப்பானே, என்று ஆர்வ மிகுதியால் கேள்விகளை அடுக்கிக் கொண்டே போனேன்.

"ஆமாம்! கந்தையா-முதல்தரமான பேச்சாளி- எதிர்காலத்தில் நல்ல அரசியல் வாதியாக வருவான் என்று எதிர்பார்த்தீர்கள்.

"ராமு ஒரு கணித மேதை! கண்ணையன் ஒரு கவிஞன்!சுந்தரம் ஒரு சங்கீத ரத்தினம்! கோபாலன் சிறுவனாக இருக்கும் போதே பறக்கும் விமானம் செய்த ஆராய்ச்சிக்காரன்....... அவர்கள் எல்லோருமே இப்போது குமாஸ்தாக்கள் "... என்று சொல்லியபடி கோவென்று அழுது விட்டான்.

"இதோ பார்த்தாயா" என்று என்னி[illegible]த்திரிகையில் வந்த ஒரு போட்டோவைக் காண்பித்தான்!"

"அடே! இவன் பிச்சுமணியாச்சே ! மேடையிலே நீ கேட்கிற கேள்விகளுக்கு பதில் சொல்ல முடியாமல் தவிப்பானே இவனுக்கு என்னப்பா இப்போ?" என்றேன்.

"அவன் சாதாரண பிச்சுமணியல்ல இப்போது -அவன் அப்பா ஒரு மாஜி கலெக்டர்- அவன் அத்திம்போர் டெல்லி செகரெட்டிரியேட்டில் இருக்கிறார். அவன் மாப்பிள்ளை மந்திரிக்கு உறவு.... இப்போது அவன் ஐ.நா. சபைக்கு போகிறான், நம் நாட்டுப் பிரதிநிதியாக!" ஆவேசத்தோடு பேசிக்கொண்டே போனான்! வண்டி ஸ்டேஷனில் நின்றது. நான் போய்வருகிறேன் கந்தையா" என்று சொல்லி விட்டு நான் வண்டியை விட்டு இறங்கினேன்!

"சார்! அதைப் படியுங்கள்" என்று சுவற்றிலே ஒட்டியிருந்த போஸ்டரைக் காண்பித்தான், கந்தையா ; நான் படித்தேன்.

"சுதந்திர இந்தியக் குடியரசு மக்களாகிய நாம், பேச்சுரிமை, எழுத்துரிமை, வழிபாட்டு உரிமை, அபிப்பிராயம் வெளியிடும் உரிமை, ஆகிய இவைகளோடு பிரஜைகள் எல்லோருக்கும் சரிசமமாக சந் தர்ப்பம் முதலியவற்றை வழங்க நாம் உறுதிபடுத்துகிறோம்." படித்து முடித்தேன். எல்லோருக்கும் சரிசமமாக சந்தர்ப்பம் வழங்கும், இந்திய அரசியல் சட்டம் என்னைப் பார்த்து எள்ளி நகையாடியது!

"கல்லூரியிலே படிக்கும்போது கந்தையா ஒரு பிரசங்க பீரங்கி! ராமு ஒரு கணிதமேதை! கண்ணை யன் ஒரு கவிதாசிரோன்மணி! சுந்தரம் ஒரு சங்கீத ரத்தினம்! கோபாலன் வகுப்பறைக்குச் செல்லாமலேயே கற்றுத் தேர்ந்த இஞ்சினீயர்! இப்போது அவர்கள் எல்லோரும் குமாஸ்தாக்கள்!"

தொட்டாற் சுருங்கியைப்போல் கந்தையாவின் சொற்போருக்குப் பதில் சொல்லமுடியாமல் மேடை யிலே குன்றிப்போய் நிற்கும் பிச்சுமணி இப்போது அமெரிக்காவிலே குன்றென உலவுகிறான். அவனை வென்றுவாகை சூடிய கந்தையா, டிக்கெட் இல்லாமல் பிரயாணம் செய்யும் நிலை! தென்றல் தூக்கிவரும் ரோஜாவின் மணம்- கருப்பு வண்டினை கனகமயமாக்கும் அதன் மகரந்தப்பொடி...அழுகு நாற்றமெடுத்த சொந்த நாட்டில் பரிமள கந்தம் வீசச் செய்யவேண்டிய அந்த நந்தவன ரோஜா வெண் மணற் பரப்பிலே - கண்பார்வைக்கு எட்டாத பாலைவனத் திலே கருகிக்கொண்டிருக்கிறது ! பகை ஒழிக்கும் வாளாக வளர்க்கப்படவேண்டிய அந்த எஃகுக்கம்பி வறுமை ஈரமும்-பட்டினி நீரும்பட்டு துருப்பிடிக் கிறது! அதோ! அங்கே திறமை சிறிதுமில்லா பிச்சுமணி சுற்றி இருப்போர் தயவால் உயர ஏறிப் போகிறான். இந்த

ரோஜாக்களைப் பிழிந்து அந்த வெள்ளெருக்கை மலருக்கு சிகப்பு வர்ணம் பூசு கிறார்கள்.

நான் மாணவனாக இருக்கும் போதெல்லாம் கொள்கை எனக்கு கந்தையாவின் பிடிக்காது. இருந்தும் இந்த காட்சியை நினைத்த என் இருதயம் கண்ணீர் விட்டது.

*''அழு! மாசுபடிந்த திராவிடமே! அழு! கறுத்துப்போன மேகம்-சோகத்தால் கனத்துப்போன உள்ளம்- இவைகளுக்கு மாற்று கண் - நீர்தான் ! அந்த கண்ணீர் ஓடையில்தான் புதிய சமுதாயத் தின் விடுதலைப்படகு மிதந்திடவேண்டும்" - என்று உரக்கச் சிரித்துக்கொண்டே சொன்னான் கந்தையா! சொல்லிக்கொண்டே அழுதான்! அந்த அலறலோடு வண்டி நகர்ந்தது !*

## அய்யோ ராஜா!

சென்னை கோடம்பாக்கம் 'ரயில்வே கேட்' தெரியுமா உங்களுக்கு? அந்த 'கேட்'டை சபிக்காதவர்கள் கிடையாது சென்னையில்! ஸ்டுடியோக்களுக்கு அவசரமாகப் போகிற நடிகர், நடிகை, முதலாளி, தொழிலாளியிலிருந்து, வடபழனி ஆண்டவன் கோயிலுக்குப் போகிற பக்தர்கள் வரையிலே காரிலும் வண்டியிலும், ரிக்ஷாக்களிலும் பாதசாரிகளாகவும் தேங்கி நின்றுகொண்டு, 'கேட்'டின் முன்புறத்திலேயிருக்கிற சிவப்பு விளக்கு எப்போது அணையும் என்று எதிர்பார்த்துக் கொண்டிருப்பார்கள். ஏறத்தாழ அரைமணி நேரம் கால்மணி நேரம் அங்கே நின்று தவமிருந்து, அதன் பின்னரே நகர முடியும். கார்களிலே அமர்ந்திருக்கும் நகைச்சுவை நடிகர்கள், "காமி சத்யபாமா கதவைத் திறவாய்!" என்று தங்களுக்குள்ளேயே பாடிக்கொள்வார்கள். "சற்றே விலகியிரும் பிள்ளாய் சந்நிதானம் மறைக்குது!" என்று பக்கத்திலிருப்பவனை ஒதுக்கி விட்டுச் சிவப்பு விளக்கு அணைவதை ஆவலோடு உற்று நோக்குவார்கள் பக்தர்கள்.

இதற்கிடையே தமிழ்நாட்டுச் செல்வங்களின் படையெடுப்பு! "அய்யோ சாமி! காலணா கொடு சாமி!" என்ற சுயதேவைப் பூர்த்திப் பாடலோடு கார்களையும் சூழ்ந்து கொள்வார்கள்.

அந்த 'ரயில்வே கேட்'டை நம்பியே சில வியாபாரிகள் தங்கள் கடைகளை இருமருங்கிலும் விரித்துவைத்திருந்தார்கள். அந்த இடத்திலேயே கேட் மூடப்பட்டு, நேரம் ஆக ஆக முகமலர்ச்சியோடு இருப்பவர்கள் அந்த வியாபாரிகள் மட்டுந்தான்!

ஒரு வேளை யாராவது அரும்பு நிலையில் உள்ள காதலர்களாயிருக்கலாம். இவர்களைத் தவிர மற்றவர்கள்

எல்லாம் சலிப்பு முகத்தோடுதான் காட்சியளிப்பார்கள். சில நேரங்களில் ‘கேட்’ திறக்கப்பட்டு, வண்டிகளும் மக்களும் அவ்வழியே புகத் தொடங்கியதுமே, மீண்டும் ‘கேட்’டை மூடுவதற்கான மணி ஒலித்துவிடும். காத்திருந்த வரிசையிலே கால் பகுதிகூட குறையாமல் போய்விடும்.

ஓர் எழுத்தாளர் காலையிலே ஒரு கதைக் குறிப்பு தருவதாகப் பட முதலாளியிடம் வாக்களித்திருந்தாராம். கதைக் குறிப்புடன் ஆசிரியரை அழைத்து வருமாறு முதலாளி கார் அனுப்பிவிட்டார். ஆசிரியரோ கதையைப் பற்றி நினைக்கக்கூட இல்லை. எதற்கும் முதலாளியிடம் நேரில் போய் சமாதானம் சொல்லுவோம் என்று காரில் ஏறிப் புறப்பட்டார்.

கோடம்பாக்கம் கேட் எதிரே வந்தது. ஆசிரியருக்கு ஒரே மகிழ்ச்சி. காரில் அமர்ந்தபடியே கதைக்குறிப்புகளை எழுதி, இரண்டொரு சீன்களுக்கு வசனமும் எழுதிவிட்டார். அதன் பிறகே ‘கேட்’ திறக்கப்பட்டது. பட முதலாளியின் ‘மணிப்பர்சும்’ அந்த ஆசிரியருக்காகத் திறக்கப்பட்டது. .

வடபழனி ஆண்டவர் கோயிலிலே மொட்டை அடித்துக்கொண்டு ஓர் அம்மையார் பக்தி சிரத்தையோடு வீடு திரும்பியிருக்கிறார். இடையிலே ‘கேட்’ மூடப்பட்டு விட்டது. பிறகு திறக்கப்படும்போது, அந்த அம்மையார் சடை பின்னிப் போட்டுக் கொள்கிற அளவுக்கு நீண்ட கூந்தலோடு காணப்பட்டார்களாம்!

இப்படிப் பல ரசமான கட்டுக் கதைகள் அந்த கேட்டைப் பற்றி உண்டு. அவற்றிலே ஒரு சோக ரசக் கதைக்கு மூல பாத்திரந்தான் அதோ அந்தக் ‘கேட்’டின் மூலையிலே முறுக்கு மசால்வடை விற்றுக்கொண்டிருக்கிறாளே அந்த முத்தம்மா.

முத்தம்மாளுக்கு வயது முப்பதுக்குள் தானிருக்கும். பார்க்கும்போதே தெரிகிறது. வயதை மறைத்துக்கொண்டு செல்லும் நட்சத்திரப்பெண்களை அவள் நாள்தோறும் மணிக்கணக்கிலே அந்த வழியிலே பார்த்துக் கொண்டுதானிருக்கிறாள். அவர்களும் முத்தம்மாளை உன்னிப்பாகக் கவனித்திருக்கிறார்கள்.

ஏனெனில் முத்தம்மா, முறுக்கு மசால் வடை விற்கிற காட்சியே ஒரு தனி அழகு ! கண்ணாடி வளையல்கள் கலகலவென ஒலிக்க, அவள் ஈ ஓட்டிக்கொண்டு, அந்த ஊசிப் போன வடைகளையும் நமத்துப்போன முறுக்குகளையும் காப்பாற்றுகிற கலையிலே கருத்தைப் பறி கொடுக்காதார் இருக்க முடியாதுதான்!

திடீரென்று படத்திலே அப்படி ஒரு பாத்திரம் ஏற்று நடிக்கவேண்டிய சந்தர்ப்பம் ஏற்பட்டால் – அதற்கு முத்தம்மா சம்பளமில்லாத ஆசிரியராக இருப்பாள் அல்லவா?

அந்தப் பகுதியிலே தொத்தி விளையாடும் வயிற்றுக் கோளாறு, விஷசுரம் முதலிய கொடிய வியாதிகளுக்கான காரணங்களில் முத்தம்மாளின் பலகாரக் கடையும் ஒன்றாயிற்று.

அவள் என்ன செய்வாள் பாவம் நாள் முழுதும் உழைத்து நாலணா எட்டணா கொண்டு வந்து கொடுத்துக் கொண்டிருந்த கணவனும் ஒரு குழந்தையை அவளுக்குக் கொடுத்துவிட்டு மின்சார ரயிலிலே தலையைக் கொடுத்துவிட்டான், தரித்திரம் தாங்க முடியாமல்!

“எல்லோரும் வாழவேண்டும் ... முத்தம்மா!” என்ற பாடலை பக்கத்துக் கடை கிராமபோன் பெட்டி மூலம் அவள் பலமுறை

கேட்டிருக்கிறாள். அந்தப் பாடல் அவள் மடியிலே குதிக்கும் பாலகனுக்கு விளையாட்டுக் காட்டத்தான் பயன்பட்டது.

"எல்லோரும் வாழ வேண்டுமா எல்லோரும் வாழ வேண்டியதுதான்! யாரய்யா வாழவிடுகிறார்கள்?" இப்படிக் கேள்விகள் முத்தம்மாளின் இருதயத்திலே தாக்காமல் இல்லை. கணவன் இறந்த பிறகு ஒவ்வோர் இரவும் அவள் அந்தப் பகுதி கூலிகளிடம் படும் அவஸ்தை அவளுக்கல்லவா தெரியும் ? மார்பிலே இருக்கும் குழந்தையின் வாயை விலக்கிவிட்டு, அது அழுது துடிக்கத் துடிக்க நாலணா எட்டணாக்களுக்காக; அய்யோ....

அந்த முத்தம்மா ... வேறு வழி! கணவன் நல்ல வழி பார்த்துக் கொண்டு போய்விட்டான். வயிற்றிலே இரத்தத்தோடு ஊறிய பாசம் குழந்தையாக உருவெடுத்து அவள் முகத்தைப் பார்த்துச் சிரிக்கிறது. அதைக் காப்பாற்றுவதற்காக அவள் பலரது முகத்தைப் பார்த்துச் சிரிக்க வேண்டியிருக்கிறது. அந்தச் சிரிப்பிலே ஜீவன் இருக்கிறதோ இல்லையோ பல்லைக் காட்டித்தான் தீர வேண்டும். அவள் மேற்கொண்டிருக்கிற தொழில் அப்படிப்பட்டது.

பகலிலே முறுக்கு மசால்வடை; இரவிலே முத்தம்மா முரடர்களுக்கு இன்பம் விற்கும் கடை! இவ்வளவும் அவள் குழந்தைக்காக.

குழந்தையின் பெயரோ ராஜா. பெயராவது ராஜாவாக இருக்கட்டுமேயென்று அப்படிக் கூப்பிடுகிறாள் போலும்! அவளுக்கு அவன் தானே ராஜா ? அந்த ராஜாவுக்காக அவள் இரவு ராணியாக மாற வேண்டியிருந்தது. அந்த நிலைமையை அவள் விரும்பவில்லை தான், என்ன செய்வது ? பலகாரக் கூடையிலே ஈ மொய்க்கும்போது, கைவலியையும் பாராமல் விரட்டிக் கொண்டே தானிருந்தாள். எல்லா ஈக்களையும்

விரட்டி விட முடியுமா என்ன ? ஒன்றிரண்டு பலகாரத்தைத் தொட்டுப் பார்த்தே பறந்தன.

ஈ தொட்ட பலகாரத்திற்கு கற்பு இல்லை; அதனால் கெடவில்லை. சுவை மட்டும் கெட்டது. முத்தம்மாளுக்கோ வாழ்க்கையிலே சுவையும் கெட்டது – கற்பும் கெட்டது! குப்பை மேட்டிலே ஈ மொய்த்தால் என்ன; எறும்பு மொய்த்தால் என்ன; நாய் தான் படுத்தால் என்ன ? ... இப்படி ஒரு முடிவுக்கு வந்து விட்டாள் அந்தத் தமிழ் நாட்டு மங்கையர் திலகம். அவளுடைய லட்சியம் ராஜா பெரியவனாக வேண்டும்; அவன் ஒரு குடும்பம் நடத்தவேண்டும்; அதைக் கண்குளிரக் காணவேண்டும் என்பதுதான்! உடலை விற்று, தன் உதிரத்தைக் காக்க முனைந்தாள்.

அவளது கட்டுமஸ்தான தேகம் அந்த வியாபாரத்திற்குத் துணை புரிந்தது. பகல் நேரத்திலே ரயில்வே ‘கேட்’ பக்கம் பசிகாரர்கள் அவளிடத்திலே காலமும் நேரமும் குறித்துக் கொண்டு போவதற்காக முறுக்கு வடை வாங்குவது போல் வருவார்கள். வியாபாரத்தோடு வியாபாரமாக நீசநிகழ்ச்சிக்கும் நேரம் கணிக்கப்படும். அந்தக் கொடுமையான உரையாடல்களுக்கு அர்த்தம் தெரியாமல் அவளது ஆசை ராஜா அவள் மார்பகத்தின் மீது முகம் பொருத்திக் கொண்டு திரு திருவென விழித்துக் கொண்டிருப்பான். முத்தம்மாள் விதவைதான்! ஆனாலும் அவளது தொழிலுக்கு அந்த வேடம் பொருத்தமாயில்லை.

கழுத்திலே தாலி கயிறு மட்டும் கிடையாது மற்ற லட்சணங்கள் அனைத்தும் சுமங்கலிக்குரிய தனிச் சோபையோடு காணப்படும். நெற்றியிலே குங்குமம் – தலையிலே பூ – கையிலே கண்ணாடி வளையல்கள் – கறுப்பு ரவிக்கை வெள்ளைப்புடவை சில நாள்களில் வெள்ளை ரவிக்கை கறுப்புப் புடவை கையிலே வைத்து விளையாடும்

பொம்மைகளைக்கூட அழகுபடுத்தித் தானே விற்கமுடிகிறது. காமப் பதுமைகள் அலங்காரமாய் இருந்தால்தானே காலட்சேபம் நடத்த முடியும்?

குழந்தை ராஜாவுக்காக அவள் ஒரு மண்பொம்மை வாங்கியிருந்தாள். அது போதித்த பாடம் இது! அந்தப் பாடத்திற்கு பிறகு பகட்டுகள் ஒருபடி அதிகமாகவே ஆயின.

ராஜா! ராஜா!! ராஜா!! எப்போதும் அவளது கசங்கிய இதழ்களிலே இந்தச் செல்லமான பெயர்தான் பனித்துளி போல உருண்டு கொண்டிருந்தது. "ராஜா! முள்ளில் ரோஜா!" என்று தனக்குத் தானே கூறிக் கொண்டு அவனுக்கு முத்தமாரி பொழிவாள். அவள் புருஷன் இறந்த பிறகு, உதடுகளின் உணர்ச்சி மயமான துடிப்போடு அவள் யாருக்கும் முத்தம் தந்தது கிடையாது. எல்லாம் வறண்ட முத்தங்கள்தான். ராஜாவின் கன்னங்கள் மட்டுமே, இவளது இதழ்களால் மென்மையோடும் பாசத்தோடும் அழுத்தப்படும். அந்த உயிரினும் மேலான ராஜாவுக்கு ஒரு நாள் ஆபத்து வந்துவிட்டது. வழக்கம்போல் முத்தம்மா ரயில்வே 'கேட்' வியாபாரத்திற்கு வரவில்லை.

ராஜாவுக்குத் திடீரெனக் காய்ச்சல் கண்டு உடம்பு அக்கினிக் கட்டைபோல் ஆகிவிட்டது, இரவு என்னென்ன மருத்துவங்களோ செய்து பார்த்தாள். காலையிலே குழந்தைக்கு நோய் கடுமையாகிவிட்டது. முகமே மாறிவிட்டது. அதன் சின்ன உதடுகளிலே தங்கியிருந்த புன்னகை எங்கேயோ ஓடி மறைந்துவிட்டது. முத்தம்மாளுக்கு என்ன செய்வதென்று புரியவில்லை.

பக்கத்தில் பழனி ஆண்டவர் கோயில் . . . பிரார்த்தனை செய்து கொண்டாள். அதன் பிறகு குழந்தைக்குப் பிரக்ஞையும் போய்விட்டது. திடீரென்று அவளுக்கு ஒரு ஞாபகம்.

தியாகராய நகரிலே அவளுக்குத் தெரிந்த டாக்டர் ஒருவர் இருக்கிறார். பணம் கேட்காமலே வைத்தியம் செய்வார் என்றுதான் அவள் எதிர் பார்த்தாள். அவரை அவளுக்கு எப்படித் தெரியும் என்று இந்தக் கொடுமையான சந்தர்ப்பத்தில் யாரும் கேட்காதீர்கள்!

அவள் ராஜாவைத் தோளில் தூக்கிக்கொண்டு வீட்டை விட்டுப் புறப்பட்டாள். ராஜா துவண்டு விழுந்தான். அவ்வளவு தூரம் நடந்து செல்லத் தன்னாலும் முடியாது என்பதை உணர்ந்தாள். இரவு முழுதும் குழந்தையோடு கண் விழித்து இடையிலே இன்னொருவன் தந்த காசு, குழந்தைக்கு மருந்துக்கு ஆகாதா என்று நினைத்து, அதற்காகவும் விழித்திருந்து, முத்தம்மாள் மிகவும் களைத்துப் போயிருந்தாள். எதிரே ஒரு ரிக்ஷாக்காரன் வந்தான். தெரிந்தவன் தான்! "தியாகராயநகர் வரையில் வருகிறாயா, கையிலே காசில்லை" என்று அழுதாள் முத்தம்மா.

"தியாகராய நகருக்கு வருவேன். அதோடு உன் வீட்டுக்கும் வருவேன் – சரிதானா?" என்று பல் இளித்தான் ரிக்ஷாக்காரன்.

ராஜா பிழைத்தாகவேண்டுமே! முத்தம்மாள் அழுதுகொண்டே 'சரி' என்றாள். ரிக்ஷாவிலே ஏறிக்கொண்டாள். அவனுக்கும் ராஜா பிழைக்க வேண்டுமென்பதிலே ஆசை போலும்! என்ன இருந்தாலும் ஏழை அல்லவா! ரிக்ஷாவை வேகமாக இழுத்தான்.

ராஜா பிழைத்துவிடுவான் என்ற நம்பிக்கையிலே அவனை மார்போடு அணைத்துக் கொண்டு உட்கார்ந்திருந்தாள் முத்தம்மாள்.

கோடம்பாக்கம் 'கேட்' குறுக்கே வந்தது. ரிக்ஷா நின்றது. சிவப்பு விளக்கு எரிவதை முத்தம்மா பார்த்தாள்.

எத்தனையோ நாள்கள் அவள் அந்தச் சிவப்பு விளக்கைப் பார்த்திருக்கிறாள். இப்படி அதிர்ச்சி அடைந்ததில்லை.

"அய்யோ! விளக்கு அணைவதற்குள் என் ராஜாவின் உயிர் அணைந்துவிடும் போலிருக்கிறதே!" என்று கத்தினாள். ரிக்ஷாக்காரன் தேறுதல் கூறினான். ராஜாவின் உடம்பைத் தொட்டுப்பார்த்தாள். மூச்சு ஒருமாதிரியாக விட ஆரம்பித்தது குழந்தை முத்தம்மா கோவெனக் கதறினாள்.

விளக்கு அணைந்தது. கதவு திறந்தது. ரிக்ஷா நகர்ந்தது. ராஜாவின் உயிர் போய்விடவில்லை. முத்தம்மா 'முருகா! முருகா! பழனியாண்டி' என்று கத்திக்கொண்டேயிருந்தாள். ரிக்ஷாவும் மிக வேகமாகப் போய்க்கொண்டிருந்தது.

அதோ, அவள் போகவேண்டிய டாக்டர் வீடு இன்னும் ஒரு பர்லாங்கு தூரத்திலேதான் இருக்கிறது. போலீஸ்காரர்கள் ரிக்ஷாவை நிறுத்திவிட்டார்கள்.

முத்தம்மா வந்த ரிக்ஷா மட்டுமல்ல; பல ரிக்ஷாக்கள் – பல வண்டிகள் – பல கார்கள் – நூற்றுக்கணக்கான மக்கள் நிறுத்தப்பட்டுப் போக்குவரத்தே தடைபட்டுப் போயிருந்தது. ஒருவரைப் பார்த்து ரிக்ஷாக்காரன் கேட்டான். "என்ன விசேஷம்" என்று. "நேபாள ராஜா வருகிறார், அதற்காக!" என்றார் அவர்.

"எவ்வளவு நேரம் இப்படி?" என்றாள் முத்தம்மா அழுகையோடு!

"ஜனங்களை எல்லாம் ஓர் இடத்திலே திரட்டி வைத்து நேபாள ராஜாவை நாடு முழுவதும் வரவேற்கிறது என்று காட்ட வேண்டாமா? அதற்காகத்தான் விரும்பாதவனையும் நிற்க வைத்து வேதனை கொடுக்கிறார்கள்" என்று சொல்லிக்

கொண்டே இப்படியும் அப்படியும் உலவிக்கொண்டிருந்தான் ஒரு இளைஞன். நேரம் ஆகிக்கொண்டே போனது. முத்தம்மாளின் கண்ணீரும் வற்றிவிட்டது போலும்!

ராஜாவை முகத்தோடு முகம் வைத்து மெய் மறந்து போயிருந்தாள். போலீஸ் அதிகாரிகளின் பிரமாத முஸ்தீபுகளோடு, முக்கால் மணி நேரத் தாமதத்திற்குப் பிறகு நேபாள ராஜா வறட்டுச் சிரிப்புகளை வரவேற்பாகப் பெற்று பவனி சென்றார்.

அந்த ராஜா போனபிறகு முத்தம்மா ராஜாவின் முகத்தை பார்த்தாள். திடுக்கிட்டாள். குழந்தை துவண்டது.

“நேபாள ராஜாதான் போய்விட்டாரே; இனிமேல் கூட நாம் போகக்கூடாதா?” என்று முத்தம்மா கத்தினாள். ரிக்ஷா டாக்டர் வீட்டுக்கு ஓடியது. முத்தம்மாளின் நம்பிக்கையின்படியே டாக்டர் குழந்தையைப் பரிசோதித்தார். இறந்துபோய் அரைமணி நேரமாகிறது என்ற தகவல் மட்டுமே அவரால் தர முடிந்தது.

நேபாளராஜா போவதற்கு முன்பே, தன் ராஜாவின் உயிர் போய்விட்டதா என்று முத்தம்மா, புரண்டு புரண்டு அழுதாள். “அரைமணி முன்பே வந்திருந்தால் எப்படியும் குழந்தையைப் பிழைக்க வைக்க முயற்சி செய்திருப்பேன்” என்று டாக்டர் வருத்தத்தோடு சொன்னார்.

“அய்யோ ராஜா!” என்று கத்துவதைத் தவிர முத்தம்மாவால் வேறு என்ன செய்யமுடியும் ? அவளது கண் எதிரே கோடம்பாக்கம் ‘ரயில்வே கேட்’டும் போக்குவரத்தைத் தடைசெய்த போலீஸ் அதிகாரிகளின் வளையமும் மாறி மாறிக் காட்சி தந்தன. ரிக்ஷாக்காரன் தான் கேட்ட ‘கூலி’யை இன்னொரு நாளைக்குப் பெற்றுக் கொள்வதாகக் கூறிவிட்டு

அனுதாபத்தோடு அவளிடமிருந்து விடைபெற்றுக் கொண்டான்.

# மானம்

வேலனுக்கு அப்போது வயது பத்துதான். பள்ளிக்குச் செல்லும் பருவம். அள்ளிப்பருகிடத் தோன்றும் அழகான உருவம். பிள்ளைக் கனியமு தெனப் பண்பாடும் அவன் பெற்றோர் தங்கள் குல விளக்கை கொஞ்சாத நேரமில்லை. இருபத்தாறு வயது நிரம்பிய வைதேகியும், முப்பத்தைந்து ஆண்டு கடந்த சிங்காரமும் அந்த ஊரில் நடத்திக் காட்டிய இல்லறமிருக்கிறதே; அது எழில் மிக்க எடுத்துக்காட்டு. 'சிங்கார வாழ்வு என்றே கூறு வார்கள் ஊரார்-உரையாடல்களின்போது ! சிந்தை மகிழச் செய்யும் கணவன்-சிறப்புவளர் மனைவி செல்வப் பிள்ளையாண்டான் குறையென்ன அக் குடிலுக்கு! சாவின் கண்ணிலே அந்தக் குடும்பம் பட்டது.

பகைவரும் புகழும் பண்புடைய வாழ்வு என் அவர்களுக்கு பாராட்டுரையா படித்துக்கொடுக்கும் சாவு! சாவு நுழைந்தது அந்த சந்தனக்காட்டிலே! மேய வந்தமாடு அழகான அருகம்புல்லாயிற்றே என்று விடுவதில்லை ; அதன்மீது பாயவந்த புலியும் சாந்தமான பசுவாயிற்றே என்று விடுவதில்லை. அது போலத்தான் சாவும்.

அது, வைதேகியின் கணவனை, வேலனின் தந்தையை,சீருற்ற சிங்காரத்தைக்கொத்திக்கொண்டு போய்விட்டது. சாவினுங் கொடிய சமுதாயம் அவளுக்கு "சகுனத்தடை" என்ற 'சர்' பட்டத்தை சூட்டி குப்பை மேட்டில் கொலு வைத்துக் களித்தது.

குப்பை மேட்டு குண்டுமணியை குறிபார்த்துக் கொண்டிருந்தான் குடிகாரக் கறுப்பன். வேலியிழந்த கொல்லையும், தாலியிழந்த தையலும், இந்த முரட்டு உலகில்

பாதுகாப்பற்றவர்கள் தானே! கறுப்பன் வைக்கும் கண்ணியைப் புரிந்துகொண்டாள் வைதேகி. மகனை பள்ளிக்கு அனுப்புவதும், அவன் திரும்பி வரும்போது கணவனின் தேஜஸை மைந்தனின் மந்தகாசமுகத்தில் கண்டு மகிழ்வதுமே இனி தனக்கு வேலையென்று முடிவு கட்டிக்கொண்ட அவளுக்கு, குடிகார கறுப்பனின் குறியிலிருந்து எப்படித் தப்புவது என்ற வேதனையும் சேர்ந்தது வானம்பாடிகளையும் வல்லூறுகளையும், வட்டமிடச் செய்யும் வையகத்தை வைது தீர்த்தாள். ஆனால் அதுவல்ல அவள் மீள்வதற்கு வழியென் பதையும் உணர்ந்து வெதும்பினாள். அவளுக்கு ஒரே ஒரு ஆறுதல் இருந்தது. அதுவும் அறை குறையாக! புதல்வன் பெரியவனாகிவிட்டால் பொல்லாத கறுப்பன்களை வில்லாக வளைத்தெறிந்துவிடு வான் என்பதுதான் அந்த ஆறுதல் ஆனால் அதை நினைத்து அவளே "சே! என்ன ? நேரத்திற்கு பொ ருந்தாத ஆசை" யென்று தன்னையே கிண்டல் செய்து கொள்வாள். ஆனாலும் அவள் இருதயத்தின் ஒரு மூலையிலே துளிர்த்த அந்த ஆசை வளரத்தான் ஆரம்பித்தது. நாட்களை எண்ணினாள். மகன் பெரிய வனாகிவிடவேண்டுமென்று நாட்களைவிரட்டியும் அடித்தாள். சிறைச்சாலையிலே கைதியின் அவசரத்தை யுணர்ந்து கொள்ள முடியாத "நாள்" தானே வெளியுலகிலும் இருக்கிறது என்பது அவளுக்குத் தெரியவில்லை. வேலன் விரைவில் வளர்ந்து விட்டால், தன்னைக் காக்கும் அரணாவான்; தாயைக் காக்கும் மகனாவான், மானங்காக்கும் வீரனாவான் என்று நம்பினாள்.

வேலன் வளர்ந்தானோ இல்லையோ; கறுப்பனின் கொடுமைகள் கனவேகமாக வளர்ந்தன. அந்தத் தேள் என்றைக்குத் தன்னைக் கொட்டுமோ என்று பயந்து கிடந்த வைதேகியின் காதில் தேனினுமினிய சேதியொன்று தென்றல் கொண்டுவந்தது. குடிகாரக் கறுப்பன் கொலைக் குற்றம் ஒன்றில் ஈடுபட்டு பதினைந்து ஆண்டு தண்டனைப் பெற்று சிறையேகினான். நாள் என்னும் அவசியம் வேலனின் தாய்க்கு இல்லாமல் போயிற்று.

ஆண்டுகள் உருண்டன. வேலன் வியாபார நிமித்தம் வெளியூர் சென்றவன் திரும்பி வரவில்லை இன்னும் மகன் வந்ததும், அவனிடம் மண விஷயமாகப் பேசி அடுத்த மாதத்திலே 'ஜன நாயக மாமியார் ராஜ்யத்'தை ஸ்தாபிக்க வேண்டுமென்று எண்ணிக்கிடந்தாள் வைதேகி. கதவு தட்டும் சப்தம் கேட்டது. கண்மணி வந்துவிட்டான் என்று கதவைத் திறந்தாள். கண்மணியல்ல ; காராக்கிர கத்திலிருந்து மீண்ட கறுப்பன் உள்ளே நுழைந்தான்.

"ஆகா! வைதேகி - நாற்பது வயதானாலும் நல்ல அழகாய்த்தானிருக்கிறாய்! பார்த்தாயா ; எனக்கு உன்மேலுள்ள பாசத்தை !"

சிறையைத் திறந்தார்கள் - நேரே இங்கு வந்தேன். "செப்புச் சிலையுனைக் காண" என்று கறுப்பும் வெளுப்பும் கலந்த மீசையை முறுக்கிவிட்டுக் கொண்டான்.வைதேகி கதறினாள். அவள் வாயைப் பொத்திக்கொண்டான். கசங்கிப்போய் உதிர்ந்து பழுத்துப்போன இந்த மலரைப் பிய்த்தெறிய விரும்பினான். நிலமை பயங்கரமாயிற்று. அவன் பிடியிலே சிக்கினாள்.வைதேகி, வெறித்துப் பார்த்தாள் அவனோ சிரித்து அணைத்தான்.

பலகணியிலே ஒரு முகம். வேலனின் முகம். "வேலா வந்துவிட்டாயா மகனே! "மானத்தைக் காப் பாற்றடர் தம்பீ" என அலறினாள். அதற்குள் கறுப்பன் வாயை அடைத்துவிட்டான் வேலன் பாய முனைந்தான் அதே நேரத்தில் கறுப்பனின் இடையி லிருந்து கைக்கு மாறிய பளபளப்பான கத்தியையும் கண்டான் கறுப்பன் வேலன் பக்கம் திரும்பி கத்தியை ஓங்கியபடி "மானமா ? உயிரா? " என்று அதட்டினான். வேலன் ஓடினான். கறுப்பனிடமல்ல- வெளியே ஓடினான்.

கறுப்பன் வைதேகியை இறுக அணைத்தான். அவள் இலட்சியச் சுடரையும் அணைத்தான்.

மகன் வளர்ந்து விட்டால் யாருக்கும், எதற்கும் அஞ்சவேண்டியதில்லை என்றிருந்த அந்தத் தாய் இப்போது அழுதாள், மானத்தைக் காக்கமுடியாத கோழை மகனே என்று புலம்பினாள். மானங்காக்காத மைந்தனைவிட தன்மானத்தைப் பறித்த கறுப்பன் எவ்வளவோ மேல் என்று அந்த மாதாவின் மனம் பேசிற்று.ஆனால் மானத்தைப்பற்றி பிரசங்கம் செய்ய முடியவில்லை. பிணம் பேசாதல்லவா ! கடைசியாக, வீட்டு வெள்ளைச் சுவற்றில் கரியால் எழுதிவைத் திருந்தாள் "மானத்தைக் காக்காத கோழையின் மாதா மரணத்தைத் தழுவினாள்'' என்று !

ஓடிய வேலன் ஊருக்குத் திரும்பவே பயந்தான். அன்று கறுப்பன் காட்டிய பட்டாக்கத்தி அவனைப் பயமுறுத்தியபடியிருந்தது. சிலநாள் சுற்றிக்கொண்டிருந்தான் வேலன். ஒருநாள் தினசரி பத்திரிகைகட்கு ஒரு ருசிகரமான செய்தி கிடைத்தது.

"புகை வண்டியொன்று கவிழ்ந்தது. நானூறுபேர் மாண்டனர்" என்பதுதான் அது. அப்படி செத்துப்போனவர்களில் அடையாளம் தெரியாமல் போன வேலனும் ஒருவன். எந்த உயிருக்காக, தன்னை போஷித்த உதிரத்தையே உதறித் தள்ளினானோ, அந்த உயிர் பறிபோயிற்று.

அன்றைக்கே கறுப்பன்மீது பாய்ந்து அவன் கத்திக்கு நேர் நின்றிருந்தால் அன்னையின் மானத்தையும் தன்மானத்தையும் காப்பாற்றியிருக்கலாம். இப்போதோ மானத்தையும் இழந்தான். உயிரையும் இழந்தான். இழந்த மானத்தை இறப் பால் காப்பாற்றிக் கொண்டாள் தாய். ஆனால் மகனோ? அந்தோ பரிதாபம்! அவன் மானமிழந்தது பற்றித்தான் ஊர்

பேசியது. நானூறு பேரோடு செத்தது யாருக்குமே தெரியாமல் போய்விட்டது.

★★★

9 788198 837523